# பொய்க்கால் புருஷன்

முதற்பதிப்பு: 2023
First Edition: 2023

Poikaal Purushan

பொய்க்கால் புருஷன்

Devibala

தேவிபாலா

ISBN: 978-93-95598-44-6



Pustaka
EBooks | Audiobooks | Paperback

Pustaka Digital Media Pvt. Ltd.
#7-002, Mantri Residency,
Bannerghatta Main Road, Bengaluru - 560 076
Karnataka, India
+91 7418555884

# பொய்க்கால் புருஷன்

— தேவிபாலா —

Pustaka
EBooks | Audiobooks | Paperback

# 1

அதிகாலை நாலுமணிக்கு அலாரம் குரல் கொடுத்து விட்டு ஓய்ந்தது உடனே.

பாரதி எழுந்து உட்கார்ந்தாள். கண்களைக் குவித்தபடி ஒரு நிமிடம்போல பிரார்த்தனை செய்தாள் கைகளைத் தேய்த்துப் பிரித்தாள். அதில் விழித்தாள். எழுந்து ஜமுக்காளம், தலையணை இரண்டையும் சேகரித்து ஓரமாக வைத்துவிட்டு, பின் கட்டுக்குப் போனாள்.

ஜனவரி மாதம் குளிர், நரம்புகளைத் தொட்டு நலமா என்று கேட்டது.

பல்தேய்த்து, பாய்லரைப் பற்ற வைத்துவிட்டு, பச்சைத் தண்ணீரை முதல் செம்பு எடுத்து தலையில் ஊற்றிக் கொண்டாள். நடுங்கியது அடுத்தடுத்த செம்புகளில் வெடவெடப்பு விலகி இயல்பாகி விட்டாள்.

பதினைந்தே நிமிடங்களில் ஈரத்தலையை டவல் சொந்தம் கொண்டாட, மாற்றுப் புடவையுடன் சமையல் கட்டுக்குள் நுழைந்தாள்.

தண்ணீர் கொதிக்க வைத்து, பில்டரில் பொடிபோட்டு, குக்கரில் அரிசி, முதல் நாள் நறுக்கி வைத்த காய்கறி, பருப்பு வகைளை அடுக்கும் சமயம்...

"அம்மா பால்! என்றது வாசல் கதவு."

"வந்துட்டேன்பா..."

கதவு திறந்து அவன் தந்த கவர்களை சேகரித்துக் கொண்டு உள்ளே வந்தாள்.

"பாரதி..."

திரும்பிப் பார்த்தாள். அம்மாதான்.

"நீ ஏம்மா அதுக்குள் எழுந்திட்ட?"

அம்மா பேச நினைத்தாள். அவளது இரண்டாவது புருஷனான ஆஸ்துமா அவளை அடக்கியது 'கிர்கிர்' என்ற வயலின் சப்தத்தோடு மார்க்கூடு தத்தளித்தது.

"ராத்திரி ஆஸ்தலின் தந்தேனே... அப்படியுமா மூச்சுத் திணறல்?"

"ஒரு மாத்திரை ஆகறதில்லை பாரதி. நீ மார்கழிக் குளிர்ல பச்சைத் தண்ணீல ஒரு நாளைப்போல... உடம்புக்கு ஆகுமாம்மா?"

"முதல் செம்பு பச்சத் தண்ணி, குற்றம் மாதிரி நடுங்க வைக்கும் அடுத்தடுத்து தொடரும்போது குளிர்விட்டுப் போயிடும்... குளிர்ல நிக்காதே, வா! வந்து படுத்துக்கோ... சூடா காப்பி தர்றேன். சாப்டுட்டு ஒரு மாத்திரை எடுத்துக்கோ. வேணும்னா சாயங்காலம் ஒரு டெரிஃபிலின் இன்ஜெக்ஷன் போட்டுக்கலாம்."

"பாரதி..."

"என்னம்மா?"

"அவ ஏழு மணி வரைக்கும் எருமையாட்டம் படுத்துத் தூங்கறாளே! உத்யோகம் பாழா போகுது. ஒரு நாளைப் போல சமைச்சு வச்சிட்டு, ஆபீசுக்கும் போய் உனக்கென்னடீ..."

"ஷ்! சும்மாருக்கமாட்டியா நீ? கஷ்டம்னு நினைச்சா பெண்களுக்கு நடமாடறதுகூட கஷ்டம்தான். இல்லைனு நினைச்சா, எதுவுமே பிரச்சினை இல்லை. வா, வந்து படு"

அம்மாவுக்கு சூடா காப்பி தந்து, மாத்திரை விழுங்க வைத்து, கம்பளி கொண்டு கழுத்துவரை போர்த்திவிட்டவள், சமையல் கட்டுக்குள் நுழைந்து பரபரவென இயங்கத் தொடங்கினாள்.

ஆறே முக்காலுக்கு கீதா எழுந்து வந்தாள்.

"அத்தே... இன்னிக்கு என்ன சாப்பாடு?" ஓடிவந்து பாரதியை கட்டிக் கொள்ளப் பார்த்தது எட்டு வயது கீதா.

"ஷ்! தள்ளி நில்லு. பல்லைச் தேச்சுட்டு வந்துதான் அத்தையைத் தொடணும். போ, போ!"

"நீ வந்து தேச்சு விடு. அத்தே..." அவளை கட்டிக் கொண்டது.

"சரி வா..."

அதை முடித்து, பாலை ஊற்றி அவளிடம் தந்தாள்.

"அத்தே!"

"என்னடா?"

"உனக்குக் கோவமே வராதா அத்தே?"

"எதுக்குக் கோவம்?"

"காலைல நாலு மணிக்கு எழுந்து எல்லா வேலைகளையும் நீயே செய்யற. ஆபீசுக்கும் போற. ஒரு வேலையும் செய்யாத எங்கம்மாவுக்கு கோவம் மட்டும் அடிக்கடி வருதே?"

"ஷ்! அப்படியெல்லாம் சொல்லக்கூடாது. பாலைக் குடிச்சிட்டு, உன் பாடத்தைப் படி. போம்மா..."

குழந்தை ஓடிவிட்டது.

பாரதி ஏழரைக்கெல்லாம் சமையல் முடித்துவிட, கண்ணைக் கசக்கியபடி எழுந்து வந்தாள் கல்பனா. பாத்ரூமில் நின்றபடி

பல்தேய்க்க சுத்தமாக பதினைந்து நிமிடம் செலவழித்தாள். தன் துணிகளை சேகரித்துக் கொண்டு குளிப்பதற்காக உள்ளே நுழைந்தாள்.

இனி குடமுழுக்குதான். குளியல் முடித்து அவள் தயாராக நிச்சயம் நாற்பது நிமிடங்கள் ஆகிவிடும்.

"அத்தே, இங்கே வாயேன்!"

"என்னடா?"

"அப்பா எங்கே?"

"உங்கப்பாவுக்கு டபுள் ஷிப்ட். வீட்டுக்கு வர மத்யானம் மூணு மணியாகும். நீ வா. வந்து யூனிபார்ம் போட்டுக்கோ ஸ்கூலுக்கு டயமாகலை?"

குளியல் முடித்து அப்போதுதான் கல்பனா பாத்ரூமை விட்டு வெளியே வந்தாள்.

"பாரதி... மணி எட்டரை. உனக்கு ஆபீஸ்னு ஒண்ணு இருக்கே. ஞாபகம் இருக்கா?" மெல்லிய முனகலுடன் கேட்டபடி அம்மா வந்தாள்.

"தோ கிளம்பியாச்சும்மா!"

"புறப்படு. மிச்ச வேலைகளை நான் பார்த்துக்கறேன். நான் என்ன வெட்டி முறிக்கறேன் இங்கே? நேர நேரத்துக்கு கொட்டிக்கற சோத்துக்கு கொஞ்சமாவது உழைக்க வேண்டாமா? பொண்ணாப் பொறந்தா உடம்பு கொஞ்சம் வளையலாம். அதனால ஒடிஞ்சு போயிராது."

"யாரை ஜாடைமாடையா பேசறீங்க?" கல்பனா சிலிப்பிக் கொண்டு வந்தாள்.

"எனக்கு யாரைடீ பயம்? எம்பொண்ணு கிடந்து நாயா உழைக்கும்போது பெத்த மனசு கேக்கலை. வர்ற ஆவணிக்கு அவளுக்கு முப்பது வயசு. காலாகாலத்துல கழுத்துல ஒரு தாலி ஏறியிருந்தா கீதாவாட்டம் ஒரு குழந்தை இடுப்பை

கட்டிட்டு நிக்காதா? இங்க கொட்டற குப்பையை புருஷன் வீட்டுல கொட்டினா புண்ணியமாவது உண்டு''

''நானா வேண்டாங்கறேன். கட்டிக் குடுங்களேன் உங்க பொண்ணை. குறுக்கப் பூந்து தாலியைத் தட்டிவுடறேனா நான்?''

''ம்! உன்னைச் சொல்லி குத்தமில்லை. அவளோட கூடப்பொறந்தவனுக்கு உசுப்பில்லை. பாசமில்லை. என் குத்தம்.''

''அவரை ஏன் இழுக்கறீங்க? பாரதியை நாங்களா பெத்தோம்? பொண்ணைப் பெத்துட்டா ஆச்சா? அதுக்காக நாலு காசு சேர்த்து வைக்க வேண்டாமா? கடமையும், பொறுப்பும் பெத்தவங்களுக்கே குறையும்போது மத்தவங்ககிட்ட எப்படி அதை எதிர்பார்க்கலாம்?''

''நிறுத்தடி! நாக்குல நரம்பில்லாம பேசாதே. மாசா மாசம் அவ கொண்டு வர்ற ஆயிரத்துச் சொச்சம் இந்த குடும்பத்துக்குத்தான் சேருது. அவ மாளிகை கட்டலை, தன் கழுத்துல நகையா வாங்கி மாட்டிக்கலை. ஞாபகம் இருக்கட்டும்!''

''நானா கேட்டேன்? இல்லை, எனக்குத்தான் வாங்கித் தந்தாளா? நான் வச்சிருக்கற அத்தனையும் எங்கப்பா வாங்கித் தந்தது. இப்பத் திங்கற சோறு என் புருஷன் சம்பாத்தியம். என்னைப்பத்திப் பேச யாருக்கும் இங்கே யோக்யதை இல்லை...''

புடவையை மாற்றிக் கொண்டு கதவைத் திறந்தாள் பாரதி.

''அம்மா இப்படி வா...''

''என்னடீ?''

''தலையைக் கொஞ்சம் பின்னி விடேன்...''

அம்மா வேதனையோடு அவளை நெருங்கினாள்.

"பாரதி..."

"என்னம்மா?"

"நாங்க பேசற எதுவுமே உன் காதுல விழலையா?"

"இது ஒருநாள் சண்டையானா குறுக்கே புகுந்து சமாதானம் தேடலாம். தினசரிப் போர். அலுத்துப் போகலையம்மா? கொஞ்சம் தளரப் பின்னி விடு."

"நான் சொல்ற எதுவும் உனக்கு நியாயமாபடலையா பாரதி?"

"நியாம்தான். என்ன செய்யலாம் சொல்லு."

"பெத்த மனசு கேக்கலைமா. ஒவ்வொரு நாள் ஆஸ்துமா அதிகரிக்கும்போது உயிர் போயிட்டா தேவலைனுபடுது. நான் ஏண்டீ உசிரை இழுத்துப் புடிச்சிட்டு போராடறேன்? உன்னை ஒரு நல்ல எடத்துல ஒப்படைக்கத்தான். புருஷன் வீட்ல பெண் கஷ்டப்பட்டா அது ஓரளவு இயல்பு. பிறந்த வீட்ல கூட சலுகை கிடைக்காத ஒரு பெண் ஜென்மம் நீதான்டி!"

அம்மா அழுதாள்.

"அம்மா எனக்கு என்ன கஷ்டம். வசதியுள்ள பொண்ணுக்கு தாலிகட்டி, அவ அதிகார அரசாங்கத்துல மந்திரிப் பதவில இருக்கிற ஒருகோழைக்கு தங்கையா பிறந்த கஷ்டம். கையாலாகாத தாயோடு வயித்துல ஜனிச்ச கஷ்டம்."

அம்மாவின் முதுகில் மெல்லத் தட்டிக் கொடுத்தாள் பாரதி.

"அம்மா அலட்டிக்காதே. எதையும் ஈஸியா எடுத்துக்கோ. நான் சந்தோஷமாத்தான் இருக்கேன். நாமும் சந்தோஷப்பட்டு, பிரத்தியாரையும் சந்தோஷப்படுத்த முயற்சிக்கணும். அதுதான் வாழ்க்கை. எனக்கு நேரமாச்சு வரட்டுமா?" வெளியில் வந்தாள்.

"அண்ணி... உங்களுக்கு ப்ரா வேணும்னு கேட்டீங்க இல்லை?"

"அவசியமில்லை. உங்கண்ணா வரட்டும். சொல்லிக்கறேன்."

அண்ணியை நெருங்கினாள். தோளில் மெல்லக் கை பதித்தாள்.

"ஓ... கம்மான்! எதுக்குக் கோவம். அம்மா வயசானவங்க இல்லையா? உணர்ச்சிகளும் கொஞ்சம் முன்ன பின்னதான் இருக்கும். பெரிசுபடுத்தலாமா? சொல்லுங்க. என்ன சைஸ்? 34 தானே?"

கல்பனா நிமிர்ந்து பாரதியை சற்று அதிசயமாகப் பார்த்தாள்.

"பாரதி..."

"என்னண்ணி?"

"உனக்கு கோவமே வராதா?"

"எதுக்கு? கோவம் நம்ம அழகையும், ஆரோக்கியத்தையும் கெடுத்துரும். வேண்டாமே!"

"பாரதி... நான் அனிமிக். கர்பபப் பையை எடுத்துட்ட பின்னால என்னால குனிஞ்சு நிமிந்து வேலை செய்ய முடியாதுனு உனக்குத் தெரியாதா? என் உடம்புல ஏகப்பட்ட பிரச்சினைகள் இருக்கற காரணமாத்தானே உனக்கு உதவ என்னால முடியலை? உங்கம்மாவுக்கு ஏன் இது புரியலை?"

"விடுங்க. நான் ஒண்ணும் சொல்லலையே ஸ்டிக்கர் பொட்டு."

"சரிடா கண்ணு."

பாரதி தெருக்கோடி தாண்டியதும் கல்பனா உள்ளே போய் புடவையை மாற்றிக் கொண்டாள்.

"ஏய் கீதா... சீக்கிரம் புறப்படு உன்னை ஸ்கூல்ல கொண்டு போய் விட்டுட்டு, நானும் போகணும்."

"எங்கேம்மா? பாட்டி வீட்டுக்கா?"

"ஆமாம். லோக்கல்ல பிறந்த வீடுனு பேரு. வரவர வாரத்துக்கு ஒருவாட்டிகூட போக முடியறதில்லை. ம்..."

“நீ சாப்பிடலையா கல்பனா?”

“வேண்டாம். எங்கம்மா வீட்ல போய் சாப்பிட்டுக்கறேன். வாடி கீதா!”

“விடிய ஒரு நாழிக்கு எழுந்து அந்தப் பெண் சமைச்சு வைக்கறதெல்லாம் யாருக்காக?”

“எனக்காக மட்டுமா சமைக்கறா? நல்ல கதையா இருக்கே. இல்லை நான் மட்டும்தான் சாப்பிடறேனா இந்த வீட்ல?”

அம்மா பதில் பேசவில்லை.

பேசினால் கல்பனா விடமாட்டாள். அடுத்த யுத்தம் மூளும். அது வெற்றியோ, தோல்வியோ கடைசி வினாடி வரை வாள் வீசுவாள். எதிராளியை ரத்தக்களறியாக்கிய பின்புதான் ஓய்வாள்.

அம்மா உள்ளே போய்விட்டாள்.

கல்பனா ரிசீவரை எடுத்து எண்களைச் சுழற்றினாள். எதிர்முனை உயிர்க்க

“மிஸ்டர் ரவிச்சந்திரனிடம் குடுங்க!”

“என்னங்க, நான் கல்பனா பேசறேன். அம்மா வீட்டுக்குப் போறேன். உங்க ஷிப்ட் முடிஞ்சதும் நேரா மூணு மணிக்கு அங்கே வந்துருங்க, டிபனை முடிச்சிட்டு ஷாப்பிங் போகணும், மறக்க வேண்டாம்!”

ரிசீவரை வைத்தாள். வாசலை நெருங்கினாள்.

“கல்பனா ஒரு நிமிஷம்!” அம்மா.

“என்ன?”

“ராத்திரி ஆகுமா வர?”

“தெரியலை. ஏன்?”

"இல்லை. உங்களுக்கும் சாப்பாடு வைக்கணுமா, வேண்டாமான்னு தெரியணும்."

"அதுவா ஒரு பிரச்சினை?"

"ஆமாண்டீ. அதுதான் பிரச்சினை. வாழ வந்த வீட்டை சத்தரமாவும், புருஷனை அடிமையாவும் நினைக்கற பெண்கிட்ட வயித்தைப் பத்தி மட்டும்தான் பேச முடியும். மனசைப் பத்திப் பேச முடியுமா என்ன?"

கல்பனா ஒரு நொடி நிலைகுலைந்து போனாள்.

❋❋❋

# 2

"ஒன்னைப் பார்த்து ஒரு வாரம் ஆச்சுடி கல்பனா. இளைச்சுப் போயிட்டியே. ஒழுங்கா சாப்பிடறியா இல்லையா?"

"அதுக்கென்ன குறைச்சல்!"

"குழந்தை எப்படி இருக்கு?"

"நல்லாருக்கு. ஸ்கூல்விட்டு இங்கேதான் வரும். அவரையும் இப்படியே வரச்சொல்லியிருக்கேன். ஷாப்பிங் இருக்கு கொஞ்சம்."

"சாப்பிட்டியா நீ?"

"இல்லைமா. இங்கே சாப்பிட்டுக்கலாம்னு வந்துட்டேன்."

"அதுக்கு உன் மாமியார் வாய்ல போட்டு வறுத்துக் கொட்டியிருப்பாளே."

"அவ கிடக்கா. பசிக்குது சாப்பாடு போடு."

"லட்சுமி, சாப்பாடு எடுத்துட்டு வா. பிரிட்ஜ்ல நெய் இருக்கு. கல்பனாவுக்காக உருக்கி சம்படத்துல வச்சிருக்கேன். அதையும் எடுத்துட்டு வா!"

லட்சுமி, கல்பனாவின் அண்ணி. அந்த வீட்டில் எதிர்ப் பேச்சுப் பேசாமல் மாமியார் தர்பாருக்கும், நாத்தனார் அதிகாரத்திற்கும் கட்டுப்பட்ட பெண் சாப்பாடு எடுத்து வந்தாள்.

“நான் போட்டுக்கறேன். நீ போய் வேலையைப் பாரு” கல்பனா சாப்பிட உட்கார்ந்தாள்.

“ஏண்டி, இப்படி கழுத்துல எலும்பு தெரியுது. சரியா உன்னை நீ கவனிக்கறதில்லையா?”

“உன் மாமியார்க்காரி என்ன புழுங்கறா? ஆ... ஊன்னா ஆஸ்துமா வந்துடு அவளுக்கு. உன் நாத்தனார் தடிச்சி உருளைக்கட்டையாட்டம் இருக்காளே. செய்யட்டுமே!”

“பாவம்மா அவ. பாரதியைப் பத்தி குறையா சொல்லாதே. எங்கிட்ட பாசமாத்தான் இருக்கா”

“த பாருடி... அத்தனையும் வேஷம் புரியாதவளா இருக்கிறே நீ. நம்பாதே!”

“இல்லைமா. முகம் சுருக்காம வேலை செய்யறாம்மா. எனக்கே ஒருசமயம் குற்ற உணர்ச்சியா இருக்கு. நான் தப்பா நடந்துக்கறேனோன்னு தோணுது.”

“அவளும் அவ பாசமும். எல்லா சாகசம்டி. ஆத்தாளை விட்டு ஆர்ப்பாட்டம் பண்ண வச்சிட்டு, மவ மதனின்னு கொஞ்சறாளாக்கும உன்னை. ஜாக்ரதைடீ நீ இளகிடாதே. அப்படியே இளக நினைச்சாலும் உன் புருஷனுக்கு முன்னால அது வேணாம். உன் தலைக்கே கல்லு செய்யட்டுமே! குத்துக் கல்லாட்டம் இல்லை? உனக்கு ஆபரேஷன் நடந்திருக்கு. உடம்புல ரத்தமே இல்லை. முடியுமா உன்னால...”

“நான் உத்யோகம் பாக்கலையேம்மா. அவ ஆபீஸ் போறாளே பாவம்!”

“போகட்டுமே! சம்பாதிச்சு உனக்கா தர்றா? ஆத்தாளும் மவளும் கொட்டிக்க அவ சம்பளமே போதாதே!”

“அட இரும்மா. நீ பேசறது அண்ணி காதுல விழப்போகுது. அசிங்கம்!”

"விழட்டுமே! இந்த வீடும். நாலு லட்சம் ரொக்கமும் உங்கப்பா என் பேர்லதான் போட்டு வச்சிருக்காரு. அப்பாவோட பிஸினஸ்தான் உங்கண்ணன் பிழைக்கறான். ஓண்டவந்தவ என்கிட்ட வாலாட்ட முடியுமா?"

"சரி, உன்கிட்டப் பேச நம்மால ஆகாது. பாரதிக்கு நல்ல இடம் வந்தா, சீக்கிரம் கட்டிக் குடுக்கணுமா? கிறுக்காடீ உனக்கு?"

"அப்பா இல்லாத பொண்ணும்மா. நாங்க செஞ்சு வச்சாத்தானே உண்டு அதுதானே நியாயம்?"

"ஆத்தி... ஏதேது... போற போக்குல பார்த்தா பொட்டியைத் தூக்கிட்டு நிரந்தரமா பொறந்த ஊட்டுக்கு வந்து சேருவேனு தோணுது!"

"என்னம்மா உளர்ற? நான் எதுக்கு வரணும்?"

"உன் புருஷனுக்கு என்னாடீ சம்பளம்?"

"பிடித்தம் போக கையில ரெண்டாயிரத்து எண்ணூறு வரும். ஏன்?"

"பாரதிக்குக் கல்யாணம்னா, சுருக்கமா செஞ்சாலே ஒரு லட்ச ரூபா வேணும். தெரியுமில்லே?"

"ஆமாம்."

"என்ன சேமிப்பு உங்ககிட்ட?"

"எதுவுமில்லை."

"கடனை வாங்கிக் கட்டிக் கொடுப்பியா உன் நாத்தனாரை?"

"அப்படித்தான் செய்யணும்."

"அடி மூதேவி... ஒரு லட்சம் கடன் வாங்கினா, வட்டி மட்டும் மாசம் ஆயிரத்து ஐநூறு ரூபா. அதுவே குறைஞ்ச வட்டி. உன் நாத்தனார் கொண்டு வர்ற ஆயிரத்துச் சொச்சமும்

அம்போ. மண்ணைத் தின்னுவியாடீ அப்புறமா? தவிர மாமியார் கெழம் வேற, அவளுக்கு யாரு சோறு கொட்டறது?''

''அதுக்காக?''

''என்ன அதுக்காக? இப்ப நீ செய்யற ஷாப்பிங்கும், விதவிதமா உடுத்தற சேலைகளும் அப்புறம் கனவுல மட்டும் தான். கஷ்டப்படவாடீ உன்னைக் கட்டிக் குடுத்தோம்?''

''அம்மா, என்னைக் குழப்பாதே.''

''யாரு உன்னைக் குழப்பினது. நான் சொல்ற மாதிரி கேட்டு நடந்தா புத்திசாலியா இருக்கலாம். இல்லைனா சோத்துக்கு அலைவே''

''அவளும் சம்பாதிக்கறாம்மா.''

''இருக்கட்டுமே! தில்லு இருந்தா ஆத்தாளும், மவளும், தனிக்குடித்தனம் பண்ணட்டும். உன் புருஷன் கழுத்தை அறுக்க வேணாமில்லை? போக மாட்டாளுகளே! தாலியை கட்டிட்டுப் போகத்தாண்டீ இந்தத் தந்திரம். அண்ணி நீ மனசு வச்சாத்தான் ஆம்படையான். அதனாலதான் பல்லைக் காட்டறா அந்த பாரதி. தெரியுதா?''

''அம்மா!''

''மூடிட்டு சாப்பிடு. எத்தனை கவர் பால் வாங்கற?''

''மூணுகவர்!''

''பத்தாது உனக்கு ராத்திரி சாப்பிட கூடுதலா ஒண்ணு வாங்கு. காலைல காம்ப்ளான் போட்டுக் குடி. ஆத்தாளும், மகளும் காப்பித் தண்ணி குடிக்கலைனா கரைஞ்சு போயிடமாட்டாளுக.''

''சரிம்மா!''

''அவ சம்பளக் கவரை யார்கிட்டத் தருவா?''

"இவர் கிட்டத்தான். ஆனாலும் அதுவும் என் கைக்குத் தான் வரும்."

"உனக்கு பார்த்து நடத்தத் தெரியாது. உன் கணக்கு வழக்குகளையெல்லாம் உங்கப்பாகிட்ட ஒப்படை. புருஷன் வீட்டுக்குப் போன பின்னாலேயும் கூட உங்கக்கா விமலா, ரேவதி எல்லாரும் அப்பாவைக் கலக்காம என்ன செய்யறாங்க? உங்கண்ணன் இங்கே வெறும் எடுபிடிதான். எல்லாம் அப்பா தானே? நானும் உங்கப்பாவும் எதுக்காக அடிச்சுக்கறம்? புள்ளைங்க நல்லாருக்கணும் தானே?"

"சரிம்மா."

"சரி, வந்தது வந்தே ஒரு வாரம் தங்கிட்டுப்போ."

"வேணாம்மா. இப்பத்தானே இருந்தேன் ஒரு வாரமா. அது நல்லாருக்காது."

"எதுடி நல்லாருக்காது? மாப்ளை நீ கிழிச்ச கோட்டதை தாண்டறதில்லை. நான் சொல்றேன் மாப்ளைகிட்ட. வருவார் இல்லையா இங்கே?"

"ம்."

"சரி, போய்ப் படுத்து ரெஸ்ட் எடு. எண்ணெய் தேச்சுக் குளிச்சியோ? நீ எங்கே குளிப்ப? பொறந்த வீட்ல இருந்தாத்தான் பொண்ணுக்கும் சுகம். வெந்நீர் போடச் சொல்றேன் உங்கண்ணியை. போ!"

"லட்சுமி, இப்படி வா!"

"என்னத்தே?"

"ஆடி அசைஞ்சு வா. உனக்கு சுறுசுறுப்பு போதாது. பாய்லரைப் பத்தவை. நல்லெண்யெயை மிளகுபோட்டு காச்சு பயத்தம் மாவும்... சரி, சரி முளிக்காதே... நானே வர்றேன்."

லட்சுமி எரிச்சலைக் கட்டுப்படுத்திக் கொண்டு மௌனமாக உள்நோக்கி நடந்தாள்.

***

''**தோ** வர்றேன் சார்!'' இன்டர்காமை வைத்துவிட்டு, அட்மின் ஆபீசரின் அறைநோக்கி நடந்தான் ரவிச்சந்திரன். உள்ளே நுழைந்தான்.

''உட்காருங்க மிஸ்டர் ரவி. ஷிப்ட் முடியப் போகுதா?''

''ஆமாம் சார். ட்யூட்டி கன்டின்யூ பண்ணணுமா?''

''அதுக்காக நான் கூப்பிடலை. உங்க திறமையால அதிகப்படியா உற்பத்தி காண்பிச்சிருக்கீங்க. ரிப்போர்ட் இப்பத்தான் பார்த்தேன். க்வாலிட்டி கண்ட்ரோல் உங்களை அப்ரிஷியேட் பண்ணியிருக்கு!''

''தேங்க் யூ சார்.''

''இதப் பிடியுங்க.''

''என்ன இது?''

''கிஃப்ட கூப்பன். ரூபாய் நாலாயிரம் மதிப்புள்ள நம்ம கம்பெனியோட கிஃப்ட் கூப்பம். என் பர்ஸனல் பரிசா இந்த ரெண்டாயிரம் கேஷ். ப்ளீஸ் என்ஜாய்.''

ரவி திணறி விட்டான் ஒரு நொடி.

''சார்... நான்...''

''நீங்க போகலாம். உங்க பதவி உயர்வுக்கு நான் மேலிடத்துக்கு சிபாரிசு பண்ணியிருக்கேன்.''

ரவி வெளியே வந்தபோது மிதப்பதைப்போல உணர்ந்தான் ஒரு நொடி. கல்பனா ஷாப்பிங் போக வேண்டும் என்று சொன்னாள். ஜமாய்த்துவிட வேண்டும் இன்று.

கல்பனாவுக்கு மல்லிகைப்பூ, இனிப்புப் பொட்டலம் என்று சேகரித்துக் கொண்டு தன் ஸ்கூட்டரை இயக்கினான்.

அரைமணி நேரம் தாமதமாக உள்ளே நுழைந்தான்.

“வாங்க மாப்ளை” மாமியார்தான் முதலில் வர வேற்றார்.

“கல்பனா வரலை?”

“நீங்க லேட்டுன்னு அவளுக்குக் கோபம்.”

உள்ளே நுழைந்தான்.

“என்ன கல்பனா? கோவமா?”

“வீட்டுக்குப் போயிட்டு வந்தீங்களா?”

“இல்லையே. நீதான் நேரா இங்கே வரச்சொல்லிட்டியே. உனக்கொரு இன்ப அதிர்ச்சி வச்சிருக்கேன்!”

“என்ன அது?”

சொன்னான்.

துள்ளி விட்டாள் கல்பனா.

“வாவ். நிஜம்மாவா? ஆறாயிரம் ரூபாய் பரிசா உங்களுக்கு?”

“ஆமாம்.”

“அய்யோ... முதல்ல எங்கம்மாகிட்டச் சொல்லணும். அம்மா வாயேன் இங்கே!”

“என்னடீ?”

விவரம் சொன்னாள்.

“ரொம்ப சந்தோஷம் மாப்ளை. எங்க கல்பனாவோட ராசிதான் எல்லாம்.”

“அம்மா இன்னிக்கு ஷாப்பிங் போறம். நீயும் வர்ற எங்ககூட. என்ன வாங்கலாம் சொல்லு”

"நான் எப்படீம்மா?"

விவரம் சொன்னாள்.

"சும்மா சொல்லுங்க அத்தே!" வழிந்தான் ரவி.

"என்னைக் கேட்டா? குழந்தை கீதாவுக்கு ஒரு செயின் பண்ணிப் போட்ருங்க. பொண் குழந்தை. இப்பலேருந்தே சேமிக்கத் தொடங்கினாத்தானே. கல்யாண காலத்துல கையேந்தாம கரை சேர்க்க முடியும். அப்புறம் உங்க இஷ்டம்."

"என்ன கல்பனா, அத்தை சொல்றதும் சரியாத்தான் இருக்கு. அப்படியே செஞ்சிரலாமா?"

"எனக்கொரு பட்டுப்புடவை வேணும்."

"ரெண்டு சவரன் அஞ்சாயிரத்துச் சொச்சம். ஆயிரத்துக்குள்ள உனக்கு பட்டுப்புடவை வாங்கிக்கோ சரியா?"

"காஞ்சிபுரம் கிடைக்காது. சரி, பார்த்துக்கலாம். அம்மா புறப்படு."

"லட்சுமி எங்களுக்கு சாப்பாடு வேண்டாம். கடைல போய் எம்புள்ளையை கூட்டிட்டுத்தான் போவேன். மாமா வந்தா சாப்பாடு போட்ரு."

நகை, பட்டுப்புடவை மற்ற ஷாப்பிங் வகையறாக்கள் முடிந்து, ஓட்டலில் டிபனை முடித்துக் கொண்டு, வெளியே வரும்போது இரவு ஒன்பதரை...

"போகலாமா கல்பனா?"

"மாப்ளை அவ என்னோட ஒரு வாரம் இருக்கட்டும்! அவளால முடியலை. கூட வச்சிட்டு உடம்பைப் பார்த்து அனுப்பறேன்."

"சரி அத்தே."

அவர்களை வீட்டில் கொண்டு போய் சேர்த்துவிட்டு, அங்கிருந்து தன் வீட்டுக்குப் புறப்பட்டான் ரவி.

"என்னாங்க... நீங்க போகணுமா இந்த நேரத்துல?"

"இல்லை கல்பனா ஆபிஷ் பைல்ஸ் நம்ம வீட்லதான் இருக்கு. நாளைக்கு அது வேணும் எனக்கு. நாளைக்கு சாயங்காலம் வர்றேன். குட் நைட்!"

பத்தரைக்கு தன் வீட்டுக் கதவைத் தட்டினான் ரவி. பாரதிவந்து திறந்தாள்.

ரவி ஒன்றும் பேசாமல், தன் ஷூக்களை அவிழ்த்து ஓரமாக வைத்தான்.

உடைகளை விலக்கி, ஹேங்கரில் மாட்டினான். லுங்கிக்குள் நுழைந்து பின்கட்டுக்குப் போனான். கை, கால், முகம் கழுவிக் கொண்டு மீண்டான்.

"அண்ணா சாப்பிடறியா?"

"இல்லைமா. நான் சாப்டாச்சு!"

"அவ வரலையா ரவி?" அம்மா வந்தாள் எதிரே. அவசியம் தானாம்மா?" பாரதி.

ரவிதன்னறைக்குள் நுழைய

"ரவி ஒரு நிமிஷம்!"

"என்ன?"

"உனக்கு, உங்க ஆபீஸ் ஆறாயிரம் ரூபா பரிசுப் பணமா கிடைச்சதா தகவல் சொன்னார் ஜெயபாலன்."

"ம்."

"அதை எ... என்ன செய்யப் போறேப்பா?"

"குழந்தைக்கு ரெண்டு சவரனுக்கு ஒரு செயின் வாங்கியாச்சு சாயங்காலம். மீதில கல்பனாவுக்கு ஒரு பட்டுப் புடவை."

"அப்படி வாங்கச் சொல்ல உன் மாமியார் உத்தரவா ரவி?"

"அம்மா!"

"ஏண்டா அலர்ற? பெத்தவ பேசும்போது பிடிக்கலையா? எட்டு வயசுப் பொண்ணுக்கு இப்பவே நகை சேமிப்பா? முப்பது வயசான தங்கை, கழுத்துல கவரிங் நகைகள் போட்டுட்டு ஆபீஸ் போறது உன் கண்ணை உறுத்தலையா ரவி? இல்லை, உனக்குக் கண்ணே இல்லையா? கல்யாண வயசுல கட்டிக்க புடவை போதாம உன் தங்கை தவிக்கும்போது மனைவிக்கு பட்டுப் புடவையா ரவி? நீ மனுஷன்தானா?"

பாரதி குறுக்கே வந்தாள்.

"அம்மா... என்னாச்சு உனக்கு?"

"இவனைப் பெத்தப்பவே கழுத்தை முறிச்சுப் போட்டிருந்தா ஒருவாட்டி அழுததோட முடிஞ்சிருக்கும். வளர விட்டுட்டு இப்ப தினசரி அழ என்னால முடியலைமா..."

மடங்கி உட்கார்ந்து விசும்பி அழத் தொடங்கினாள் அம்மா.

❋❋❋

# 3

மதிய உணவு இடைவேளையின் போது தனியாக, ஒரு ஓரமாகத் தேர்ந்தெடுத்து உணவுப் பொட்டலத்தைப் பிரித்தாள் பாரதி.

உடன் வேலை செய்யும் மற்ற பெண்களுடன் சாதாரணமாக பாரதி சேர்வதில்லை.

அகம்பாவம் பிடித்தவள் என்று பலபட்டப் பெயர்கள் அலுவலகத்தில் அவளுக்கு உண்டு.

"இன்னிக்கு தக்காளி சாதமா?"

நிமிர்ந்து பார்த்து மெல்லச் சிரித்தாள். ஆபீஸ் சூப்பிரண்ட் சிவகுமார்.

"உருளைக்கிழங்கு சிப்ஸ், தக்காளி சாதத்துக்கு பொருத்தமா இருக்குமா மிஸ் பாரதி?"

"தெரியலை சார். எது எதுக்குப் பொருத்தம்னு பார்க்கற பழக்கம் எனக்கில்லை!"

"நீங்க 'மூட்'ல இல்ல. நான் அப்புறமா வரட்டுமா?"

"நோ... நோ... எந்த சூழ்நிலையையும் என் உணர்வுகளை சாதாரணமா பாதிக்கறதில்லை. உட்காருங்க சார். கொஞ்சம் சாதம் வைக்கட்டுமா?"

"இந்தாங்க சிப்ஸ் இதைத் தொட்டுக்க நீங்க எடுத்துக்கிட்டா, உங்க சாதத்தை நானும் எடுத்துக்கலாம்!"

"குடுங்க" சிரித்தபடி பெற்றுக் கொண்டாள். அவனுக்கு சாதம் கொடுத்தாள்.

"எங்கிட்ட விசேஷ குணம் ஏதாவது உண்டா பாரதி?"

"யார் கூடவும் பழகாத நீங்க, நாலடி விலகியே நடக்கற நீங்க, என்னை ஏன் வெறுக்கறதில்லை? நான் அதிஷ்டசாலியா, இல்லை அசடா?"

"நான் யாரையும் வெறுக்கமாட்டேன் சார்!"

"கோச்சுக்கக்கூடாது. மற்ற பெண்களோட சேராம உங்களால மட்டும் எப்படி..."

"மன்னிக்கணும். வம்பு எனக்குப் பிடிக்கறதில்லை. நாலு பெண்கள் ஒண்ணா சேர்ந்தா, உபயோகமான விஷயங்களைவிட வீண் வம்புகள்தான் அதிகம் வளருது. யார் என்ன புடவை கட்டியிருக்கானு ஆராய்ச்சி செய்ய ஆசையில்லை எனக்கு, இதனால நட்பு நிலைக்கறதில்லை. பிரச்சினைகளே அதிகமாகுது. ஸோ, ஒதுங்கியிருக்கேன்!"

"இடைவேளைல புத்தகம் படிக்கறதில்லையே நீங்க?"

"அதிலும் எனக்கு நாட்டமில்லை சார். அம்மாவோட மூக்கும், அரசியல்வாதியோட பேச்சும் ரொம்ப அவசியமா எனக்கு? கலைஞர்களும், அரசியல்வாதிகளும் பிழைப்பு நடத்த விளம்பரம் தேடறாங்க. அதை வெட்டவெளிச்சமாக்கி காசு பண்றாங்க பத்திரிகைக்காரங்க. இதுல என்ன உபயோகம் ஜனங்களுக்கு எனக்குப் புரியலை."

"ஆச்சரியமாருக்கு"

"எது?"

"நவீன பெண்களுக்கு புடவை, புருஷன், சினிமா, தற்கால அரசியல் நாலும் கற்பைவிட உசத்தியான சங்கதிகள். நாலும் வேண்டாம்னு சொல்ற பெண்ணை நான் இப்பத்தான் பார்க்கறேன்"

"கடைசி ரெண்டுதான் வேண்டாம்னு சொன்னேன். முதல் அயிட்டம் அவசியத்துக்கு இருக்கு, ரெண்டாவது அயிட்டம் என் கையில இல்லை."

"ஐயாம் ஸாரி."

"எதுக்கு?"

"உங்களைப் புண்படுத்திட்டேனா?"

"நான் அப்படி நினைக்கலை."

"நீங்க ஏன் பாரதி, இன்னும் கல்யாணம் செஞ்சுக்கலை?"

"கேள்வியை மாத்திக்கேக்கணும் சார், நீங்க!"

"எப்படி?"

"என்னை யாரும் ஏன் கல்யாணம் செஞ்சுகலைனு கேட்டிருக்கனும்."

"பாரதி!" அதிர்ச்சியுடன் சிவகுமார் தலை உயர்த்த, கலகலவென சிரித்தாள் பாரதி.

"ஏன்னா, இன்னும் எங்க வீட்ல எனக்கு வரன் தேடத்தொடங்கலை."

"உங்களுக்கு வயது மு...மு..."

"சொல்லிருங்க. முழுங்காதீங்க. முப்பது தாண்டியாச்சுனு சொல்லிருங்களேன், சார். 'முப்பது வயசா?'னு நீங்களும் உலகமும் புருவம் உயர்த்துது. அதையே இப்படி கேட்டுப் பாருங்களேன். 'முப்பது வயசுதானே ஆச்சு!' என்ன இப்ப அவசரம்னு ஒரு தொனி வரலை? எங்க வீட்ல உள்ளவங்களுக்கு இன்னும் நான் குழந்தை சார். அத்தனை செல்லம் நான்!" மறுபடியும் சிரித்தாள். சிரிப்பில் ஒலி மாறுபட்டிருந்தது.

"ஸாரிமா!"

"ஏன் எழுந்துட்டீங்க சார்? உட்காருங்க. எதையும் ஈஸியா எடுத்துக்கணும் சார். நீங்க மாற்றலாகி நம்ம ஆபீசுக்கு வந்து. ஒரு வருஷத்துக்கு மேல ஆச்சு. உங்க அளவு கண்ணியமா பழகற ஒருத்தரை நான் இங்கே பார்க்க முடியலை அதான் மனம் விட்டு பேசிட்டேன். தக்காளி சாதத்துல உப்பு கொஞ்சம் தூக்கலோ?"

"இன்னும் மனசு விட்டுப் பேசலையே பாரதி?"

"அப்படீன்னா?"

"பிரச்சினையை முழுமையா நீங்க சொல்லலையே. ஏன்? ஊங்களுக்கு வாழ்க்கை அமையலை? நிர்பந்தமா? சுய நலமா?"

"தெரியலை. ஏதோ ஒண்ணு. நான் ஆராய்ச்சி பண்ணத் தொடங்கலை."

"நான் பண்ணிட்டேன்."

"சார்"

"பணப்பிரச்சினை. உங்களுக்காக கடன் பட்டு, உங்க வருமானத்தையும் ஒரே நேரத்துல இழக்க உங்கண்ணன் விரும்பலை, அதானே?"

நிமிர்ந்து பார்த்தாள்.

"உங்களுக்காக உங்களை மனைவியா ஏத்துக்க ஒரு ஆண்பிள்ளை தேடினா கிடைக்கமாட்டாரா பாரதி?"

"தெரியலை சார்!"

"எல்லாத்துக்கும் இப்படியே பதில் சொன்னா என்னம்மா அர்த்தம்?"

"சார், போலாமா? லன்ச், டைம் ஈஸ் ஓவர்."

"பாரதி, நான் உனக்காக... ஸாரி, உங்களுக்காக மாப்பிள்ளை தேடலாமா?"

"உனக்குன்னே சொல்லாம். தப்பில்லை. ஆனா உங்க முயற்சி அத்தனை சுலபமில்லை சார். உங்களுக்கு குடும்பம் உண்டு இல்லையோ?"

"ம்! மனைவியும், ரெண்டு பெண் குழந்தைகளும்."

ரெண்டுபெண் குழந்தைகள்? வாவ் பொறுப்பான தகப்பன் சார், நீங்க. என்ன வயசு ரெண்டு பேருக்கும்?"

"ஏழு. ஒன்பது"

"இப்பவே வரன் தேடத் தொடங்கினால்தான் இருபது வரும்போது குதிரும். அதை விட்டுட்டு காலம் கடந்த எனக்கா உங்க முயற்சிகள்? என் நிலை உங்க பெண்களுக்கு வர நீங்க காரணமா இருக்க வேண்டாம் சார்."

சடாரென எழுந்து நடக்கத் தொடங்கினாள்.

சிவகுமார் லேசான வலியுடன் அவளைப் பார்த்துக் கொண்டு நின்றார். தன் அலுவலில் மூழ்கிப்போனார். அதன் பிறகு.

***

ரவிச்சந்திரன் காலை முதல் மகா எரிச்சலோடு இருந்தான். அலுவலகத்திலும் அந்த ஆத்திரம் எதிரொலித்தது.

இரவு, அம்மா பேசிய பேச்சுக்கள் அவனை மிக பலமாகத் தாக்கியிருந்தது.

இயலாமை காரணமாக எதுவும் பேசவும் முடியவில்லை. ஆனால், அவனது சுயநலத்தை வார்த்தைகளால் நேரடியாக அம்மா பிளந்துவிட, அந்த அதிர்ச்சியை அவனால் விழுங்க முடியவில்லை.

சுயபச்சாதாபம் உருக்குலைத்தது.

மதியம் இரண்டு மணிக்கு அனுமதி பெற்று வெளியே வந்து விட்டான்.

‘எங்கே போவது?’

‘மாமியார் வீட்டுக்குத்தான் போகவேண்டும். கல்பனாவிடம், அம்மா பேசியதைச் சொல்ல முடியுமா?’

‘ஒருவகையில் அம்மா சொல்வதும் நியாயம்தானோ? அப்பா இல்லாத வீட்டில், பாரதிக்கு நான் கடமையைச் செய்யாமல் அநீதி இழைக்கிறேனா?’

‘கல்பனாவின் வலையில் சிக்கிக் கொண்டு சிதறி போய்விட்டேனா?’

‘முப்பது வயதுத் தங்கையிருக்க, பத்து வயதுகூட நிரம்பாத மகளுக்குச் சேமிப்பது நியாயம் தானா?’

தன்னிச்சையாக மாமியார் வீட்டை நோக்கி அவன் கால்கள் நடந்தன.

“அம்மாடீ! மாப்ளை வறார். வாங்க மாப்ளை. என்ன இவ்ளோ சீக்கிரம்?”

கல்பனா ஓடி வந்தாள்.

“பர்மிஷனா? டிபன் கொண்டுவரட்டா? முகம் கழுவிட்டு வாங்க.”

“எதுவும் வேண்டாம். வா, நம்ம வீட்டுக்குப் போகலாம்.”

“நான்தான் ஒருவாரம் இருந்துட்டு வர்றேன்னு எங்கம்மா நேத்து உங்ககிட்ட....”

“என்னங்க இது? ஏதேதோ பேசறீங்க? என்னாச்சு உங்களுக்கு?”

“நீ இப்ப வர்றியா இல்லையா?”

“கல்பனா இப்படி வா கண்ணு”

“இருங்க. ஒரு நிமிஷம்” உள்ளே போனாள்.

"என்னம்மா நீ? சந்தர்ப்பம் தெரியாம கூப்டுட்டு? அவர் 'மூட்ல' இல்லை."

"அதனால தாண்டீ கூப்பிட்டேன். நீதான் ஏறுமாறா அவர்கிட்ட எதுவும் உளறக்கூடாதேன்னு உன்னை இங்கே வரவழைச்சேன். நேத்து நீயில்லை உங்க வீட்ல. ஆத்தாளும், மவளும் நல்லா வேப்பலை அடிச்சிருப்பாளுக. அதான் சாமி இங்ஙன வந்து ஆடுது."

"இதெல்லாம் பொம்மனாட்டி வாழ்க்கைல சந்து பொந்துடி மகளே. எப்படி சமாளிக்கறதுனு தெரியோணும். இப்பத்தான் ஆம்பளைகளை தந்திரமா ஜெயிக்கணும். உள்றவா!"

"அவர் புறப்படச் சொல்றார் இல்லை? உன் கூட கதை பேசவா இப்ப நேரம்?"

"அடி போக்கத்தவளே! பொடவையை மாத்திட்டு பொறப்பட்டாச்சுனு போய் சொல்லுடி. போய் சொல்லிட்டு வா."

வெளியே வந்தாள் கல்பனா.

"என்னங்க புடவையை மாத்திட்டு வந்துட்டறேன்."

"சரி...சரி..."

உள்ளே வந்தாள்.

"இப்படி உட்காரு. கீதாவுக்கு நகை வாங்கினதை உன் புருஷன், தன் ஆத்தாகிட்ட ஒப்பிச்சிருப்பான். அது ஆகாயத்துக்கும், பூமிக்கும் ஜிங்ஜிங்குனு ஆடியிருக்கும். அது இவன் மனசை செதச்சிருக்கும். வந்துட்டான் பயபுள்ள."

"இப்ப என்னம்மா செய்யலாம்?"

"சொல்றேன். வெளியே வா!"

இரண்டு பேருமாக வந்தார்கள்.

"மாப்ளை... உங்க மாமா நேத்து ராத்திரி ஒரு ஜாதகம் கொண்டு வந்தார். அம்சமான பையன். பேங்க்ல உத்யோகம்.

நல்ல குடும்பம். நம்ம பாரதிக்கு பாக்கலாமேனு சொன்னாரு உங்க மாமா. உங்களையும் ஒரு வார்த்தை கேட்டுட்டு..."

சடாரென நிமிர்ந்தான் ரவி.

"ஏம்மா, நீ பாட்டுக்கு சொல்லிட்ட இவர் பணத்துக்கு எங்க போவாரு?"

"பணம் என்னாடி பணம்? ஒரு வரன் குதிர்ந்து போச்சுனா, நாங்கள்ளாம் விட்ருவமா? பாரதியும் என் மவதாண்டி உனக்கும் அதுக்கும் என்னா வித்தியாசம்? உங்கப்பா ஏற்பாடு பண்ணமாட்டார் பணத்துக்கு?"

"அத்தே" நெகிழ்ச்சியுடன் எழுந்தான் ரவி.

"நீங்க என்னா மாப்ளை? கல்பனாவுக்கு முப்பது சவரன் கழுத்துல போடறது கஷ்டமா என்ன?"

ரவிக்கு வியர்த்து. உள்ளங்கையில் ஊறியது.

"அடியேய்... மாப்ளைக்கு டிபன், காப்பி எடுத்துட்டுவா."

"ப... பரவாயில்லை"

"அட சாப்பிடுங்க. ஆபீஸ்லேருந்து களைச்சுப் போய் வந்திருக்கீங்க..." உள்ளே போனாள்.

"என்னம்மா நீ? நீயே எனக்கு விரோதியா வந்து சேரப்போறியா? ஏன் நகைல பாதியை அந்த மூதேவிக்குக் கழட்டி போடணுமா?"

"உனக்குப் பக்குவம் போதலைடீ பெண்ணே! தாலிக்கட்டிட்டு, புருஷன் பக்கத்துல படுத்து, பத்து மாசம் புள்ளை பெத்துக்கறது மட்டுமில்லைடீ தாம்பத்யம். அதுக்கும் மேல நிறைய இருக்கடி. அவன் உன் கழுத்துல தாலியை கட்டறான். உலகம் அதைத்தான் பாக்குது. ஆனா கண்ணுக்கு தெரியாத கயிறு எடுத்து நீ அவனைக் கட்டற கட்டுல ஆயுசுக்கும் அவன் அசையக் கூடாதுடீ. இப்பவும் நான் ஆள்காட்டி விரலை அசைச்சா

உங்கப்பாரு அவத்துப்போட்டுட்டு ஓடவும் தயார்டீ என் கண்ணு.''

''எனக்கு எதுவும் புரியலை நாளைக்கே பாரதிக்கு நிச்சயமாகி, அவர் எங்கிட்ட நகையைக் கேட்டா நான் மறுக்க முடியுமா? உன்னையே சாட்சிக்கு அழைக்கலாம் அவர். அப்ப வந்து சொல்லுவியா நீ?''

''அடியேய்...நான் போட்டது சின்ன மீன்டி. அதுக்கே உன் புருஷன் சொக்கிப் போய் சொக்காயை நனைச்சிட்டு நிக்றான் பார்த்தியா? விஷயமே இனிதாண்டிவரப்போகுது. அவன் சாப்பிட்டு முடிக்கட்டும் பொறு!''

மௌனமாக இருந்தாள் கல்பனா.

''என்ன கல்பனா போகலாமா?''

''ம். நான் ரெடி.''

''மாப்ளை, உங்ககிட்ட முக்கியமா ஒரு விஷயம் பேசணும்னு சொன்னாங்க உங்க மாமா. அவங்க ஆறு மணிக்கெல்லாம் வந்துடுவாங்க. நீங்க வேணும்னா கல்பனாவைக் கொண்டு போய் விட்டுட்டு வர்றீங்களா?''

''எதுக்கு? மாமாகிட்ட பேசிட்டு ரெண்டுபேருமா திரும்பிப் போறம். நான் இருக்கேன்.''

ஆறுமணிக்கு மாமா நுழைந்தார். அவர் வைத்திருந்த வலை மட்டும் ரவியின் கண்களுக்கு ஏனோ தென்படவே இல்லை.

❋❋❋

# 4

"சொல்லுங்க மாமா!" ரவிச்சந்திரன் தன் மாமனார் முகத்தைப் பார்த்தான்.

"இப்ப என்ன வாடகை மாப்ளே தர்றீங்க?"

"அது ஆவுது எழுநூறு ரூபா வரைக்கும்! அதுதவிர கரண்ட் சார்ஜ் அப்படி இப்படின்னு சொல்லி ரெண்டு வருஷத்துக்கு ஒரு தடைவ வீட்டு வாடகை கூடிப்போகுது. சம்பளத்துல கால் பாகத்துக்கு மேல வாடகைனா எத்தனை நாள் தாக்குப் பிடிக்க முடியும்? சொல்லுங்க...?"

"தெரியலை!"

"சொந்தமா ஒரு வீடு கட்டலாம்னு எப்ப நினைப்பு வரப்போகுது உங்களுக்கு?"

"சொ... சொந்த வீடா? நானா? ஏ... எப்படி மாமா?"

"ஏன் மாப்ளே... கூடாதா?"

"இல்லை...அதுக்குச் சொல்லலை நான். அது முடியற காரியமாம்னு கேக்கறேன்."

"ஏன் முடியாது? மனசு உண்டுன்னா மார்க்கமுண்டு மாப்ளே. நீங்க இதுநாள் வரைக்கும் யோசிக்கலைன்னு சொல்லுங்க."

ரவிச்சந்திரன் பேசாமல் இருந்தான்.

"ஒரு சொந்த வீட்டுக்கு முயற்சி செய்யலாம்னு நீங்க மனசுல நினைச்சா, நான் வழி சொல்றேன்!"

"எப்படி"

"எல்.ஐ.சியில் லோன் வாங்கலாம். எச் டி எஃப். புல வாங்கலாம். ரெண்டேகால் லட்சத்துக்கு நம்ம வீட்டுப் பக்கத்துல அழகான ப்ளாட் வருது. நீங்க சரின்னு ஒரு வார்த்தை சொல்லிட்டா, ஏற்பாடு செஞ்சிரலாம்!"

"எ... எப்படி மாமா?"

"அம்பதாயிரம் வரைக்கும் அட்வான்ஸ் கட்டிட்டா' மீதியை லோன் வாங்கிரலாம். என்ன மாப்ளே...?"

"ஒன்னரை லட்சமா! கிடைக்குமா?"

"அது என் பொறுப்பு மாசம் ஆயிரத்தி எண்ணூறு ரூபா பிடித்தம் போகும்!"

"யம்மாடீ அவளோ போயிட்டா, மீதி ஆயிரத்தை வச்சிட்டு குடித்தனம் பண்ண முடியுமா மாமா?"

"உங்க தங்கச்சி ஆயிரத்துக்கும் மேல கொண்டு வரது இல்லே?"

"என்னங்க! அது இன்னொரு வீட்டுக்குப் பொக வேண்டிய புள்ளை. எத்தனை காலம் அதோட வருமானத்தை நம்ப முடியும்?"

"நான் நம்பச் சொன்னேனா? கிடைக்கற வரைக்கும் கிடைக்கட்டும். அப்பறமா கல்பனாவுக்கு ஒரு வேலை நான் ஏற்பாடு செய்யறேன். சரியாப் போகதா?"

ரவிச்சந்திரன் மௌனமாக இருந்தான்.

"பாருங்க மாப்ளே! வீடு கட்றவன் எல்லாரும் கையில முழுப்பணத்தை வச்சிட்டு இறங்கறதில்லை. அப்படி இப்படி புரட்டி, புரண்டு சமாளிக்கத்தான் வேண்டியிருக்கு. இப்ப உங்களுக்குச் சரியான வயசு. இதை விட்டா எப்பக் கட்டுவீங்க?

பொண் குழந்தையை வேற பெத்தாச்சு அது வளர வளர செலவில்லையா?"

"....."

"உங்க விருப்பம். நான் சொன்னது உங்க மனசுக்கு சரியாப்படலைன்னா விட்ருங்க!"

"நோ...நோ... இதுல ஒண்ணும் தப்பு இல்லை. என் வாழ்க்கைக்காகப் பாடுபட யார் இருக்காங்க எனக்கு? ஆனா..."

***

"**எ**ன்னமா சொல்றீங்க"

"அதாவது பாரதிக்கு நாப்பத்தஞ்சு வயசு ஆறவரைக்கும் சரிதானா?"

"அம்மா!"

"ஏம்பா... உன் தங்கைக்குக் கல்யாணமே செய்ய வேண்டாம்னு ஒரு முடிவுக்கு வந்துட்டியா? உன் பொண்டாட்டிக்கு கர்ப்பப்பையை எடுக்கும்போது பக்கத்து பெட்ல பாரதியை அட்மிட் பண்ணி அவளுக்கும் அதைச் செஞ்சிருக்கலாம். அப்புறம் கல்யாண ஆசைக்கு அவசியமே இருந்திருக்காது பாரு!"

"அம்மா...! ஏன் இப்படி பேசற? பாரதிக்கு கல்யாணமே நடத்தக்கூடாதுன்னு நான் சொன்னேனா?"

"அவ இல்லாம எப்படிடா கடன் அடைப்பே?"

"ஏன், கல்பனாவுக்கு ஒருவேலை வாங்கித் தர்றதா என் மாமனார் சொன்னார். அதை வச்சு சமாளிக்க முடியாதா?"

"ஓஹோ? அப்படியானா, அந்த வேலையை இப்பவே வாங்கட்டுமே! அதுக்கப்புறமா வீடு கட்டு!"

"என்னங்க! நமக்கு வீடும் வேண்டாம் ஒரு எழவும் வேண்டாம் விட்ருங்க இந்தப் பேச்சை!"

"நீ ஏம்மா கோவப்படற? நான் என்ன சொல்லிட்டேன் இப்ப?"

"இன்னும் என்ன சொல்லணும்? பேச்சு தொடங்கும் போதே 'அஸ்து' கொட்டியாச்சு அப்புறமென்ன?"

"இது 'அஸ்து' இல்லை கல்பனா. என் பொண்ணுக்கு உயிரோட கரைக்கிற அஸ்தி!"

"அம்மா!"

"நீ சும்மாரு! சுயநலத்துக்கும் ஒரு அளவு இருக்கு. கல்யாண வயசு கடந்த ஒரு தங்கையை வீட்ல வச்சிட்டு, தனக்கு சொந்த வீடு கட்டிக்கற ஆசை, பெண்டாட்டிக்கு புடவை, பொண்ணுக்கு நகை, நல்லாருக்கு இதெல்லாம்!"

"யாரைச் சொல்றீங்க ஜாடைமாடையா?"

"எனக்கென்னடீ பயம்... நேராவே சொல்றேன்! நான் பத்துமாசம் சுமந்து பெத்த பிள்ளை ரவி அவன் தப்பான வழியைத் தேர்ந்தெடுத்தா, தட்டிக் கேக்க பாத்யப்பட்டவ நான்!"

"இப்ப என்னம்மா நடந்து போச்சு? வெறும் பேச்சு தானே?" பாரதி சமாதானப்படுத்த முயன்றாள்.

"இது பேச்சு இல்லைமா உன் மூச்சு! வீட்டைக் கட்டி முடிச்சிட்டா, நாளைக்கு உன் சம்பளம் இல்லாம சமாளிக்க முடியாது. உன் கல்யாணப்பேச்சு முனை மழுங்கும். காலம் கடந்துட்டா, கல்யாணம் நடக்காம போகும். என்னடீ இதெல்லாம்?"

"நாங்க அப்படி ஒண்ணும் நினைக்கவேயில்லை. எங்கப்பாதான் அம்பதாயிரம் அட்வான்ஸ் பண்றார். அவருக்கென்ன தலைவிதியா?"

"சரி... வீடு யார் பேர்ல?" அம்மா.

"அதுவா இப்ப பிரச்சினை?"

"அதுதான் பிரச்சினை நீங்க சொல்றபடியே நடக்கட்டும்! வீட்டை ரவிக்கும், பாரதிக்குமா ஜாயிண்டா ரிஜிஸ்டர் பண்ண சம்மதமானா, நானும் இதுக்கு சம்மதிக்கிறேன். ரெண்டுபேரும் அண்ணன் தங்கைதானே! அதுல ஒண்ணும் தப்பில்லையே!"

ரவி கல்பனாவைப் பார்த்தான்....

* * *

# 5

அம்மா சொன்னதைக் கேட்டு தடுமாறிப் போன ரவி கொஞ்சநேரம் மௌனம் காத்தான். பிறகு,

"அம்மா... அதுல ஒரு தொல்லை இருக்கு. நாளைக்கு பாரதிக்குக் கல்யாணம் நடக்கும்போது பிரச்சினை வராதா?"

"என்ன பிரச்சினை? அவ உன் தங்கைதானே? மேலும், கட்டின புது வீட்ல குடியிருக்கப்போறது நாமதானே? அவ இல்லையே!"

"அதில்லைமா. சட்டரீதியா பிரச்சினை வரும்னு சொல்றேன்."

"சரி, அப்ப ரிஜிஸ்ட்ரேஷன் மாத்திக்கறது முடியாதா என்ன?"

"என்னங்க, ஒரே நாள்ல எல்லாத்தையும் பேசி முடிச்சிடணுமா? மணி பத்தாகப் போகுது. படுக்கலாம். நாளைக்குப் பேசிக்கலாமே."

"சரி கல்பனா!" ரவி எழுந்து விட்டான்.

அவர்கள் போய், அறைக்கதவும் தாளிடப்பட, தன்னறைக்கு நுழைந்தாள் அம்மா. கதவுகளைச் சரிபார்த்து, ஹால் விளக்கை அணைத்துவிட்டு, பாரதி உள்ளே நுழைந்தாள்.

அம்மா கட்டிலில் இருந்தாள் கன்ன மேடுகளில் கண்ணீர் முத்துக்கள்.

அழும்படியா என்ன நடந்து போச்சிம்மா இப்ப?''

''இப்ப அழலைனா, பின்னால அழக்கூட சுதந்திரமில்லாத அடிமைகளா நாம ஆயிருவம் பாரதி! நீ படிச்ச பெண். உத்தியோகம் பாக்கறே. உனக்கு இதோட தீவிரம் பிடிபடவே இல்லையாம்மா?''

''ஏன் புரியலை?''

''அப்புறம் வாய் மூடி ஏம்மா இருந்தே?''

''அம்மா, ஆத்திரப்படற அளவுக்கு எதுவும் நடந்துடலையே. அதுவுமில்லாம அவன் என் கூடப்பிறந்த அண்ணனில்லையா, பாவம்!''

''அது எனக்கு மட்டும் இல்லையாம்மா? தன் சொந்தக்கால்களை மறந்துட்டு, பொய்க்கால்ல ஊர்வலம் வர்ற பிள்ளையை எப்படி பாரதி சகிச்சுக்க முடியும்? ஜாயிண்டா வீட்டை வாங்கலாம்னு சொன்னப்ப, பேச்சு தொடரலை பார்த்தியா? உன் பணம் கடன் அடைக்க வேணும். ஆனா அந்த சொத்துல உனக்குப் பங்கில்லை. என்னடீ நியாயாம் இது?''

அம்மாவைச் சற்று அதிசயத்துடன் பார்த்தாள் பாரதி.

''ஏன்டி அப்படி பாக்கற? இன்னொண்ணு சொல்லட்டுமா நான்?''

''என்னம்மா?''

''இது அவனோட மாமனார் தந்திரம். நாளைக்கே உனக்குக் கல்யாணம் நிச்சயமாயிட்டா, ஏராளமான கடன் வாங்கணும். அதை ரவிதான் செய்யணும் உன்னைப் புருஷன் வீட்டுக்கு அனுப்பிட்டா, ஏறத்தாழ மேற்படி தொகையை கடனா கட்ட வேண்டிவரும். இப்பவே முந்திக்கிட்டா, அதே கடன்தான் ஆனா மகள் பேர்ல ஒரு வீடு. உனக்குக் கல்யாணமும் பண்ணமுடியாது அதனால சம்பளமில்லாத ஒரு நிரந்தர வேலைக்காரி. புரியுதா இவங்க திட்டம்?''

பாரதியே சற்று அதிர்ச்சியுடன் அம்மாவைப் பார்த்தாள்.

"மாப்பிள்ளையை விலைக்கு வாங்க ஆசைப்படற இதுங்களெல்லாம் தன் பிள்ளையை விக்கத் தயாரா இருக்குமா பாரதி?"

"அம்மா!"

"அவங்க ஒரு முடிவுக்கு வந்த மாதிரி நாமும் ஒரு முடிவுக்கு வரவேண்டிய நேரம் வந்தாச்சும்மா."

"புரியலைமா!"

"நிச்சயம் பொறுப்பெடுத்து ரவி உன் கல்யாணத்தை நடத்தப் போறதில்லை. அதுக்கு கல்பனா அவனை அனுமதிக்கமாட்டா. சொந்த வீட்டு மோகம் வந்துட்டா மாத்த முடியாது."

"அதனால?"

"நான் சொன்னமாதிரி, வாங்கற வீட்ல நீயும் ரவியும் சேர்ந்து பத்திரம் பதிவு செய்யணும். அதுக்கு கல்பனா நிச்சயம் சம்மதிக்கமாட்டா."

"சம்மதிக்கலைனா?"

அம்மா பாரதியைத் தீவிரமான பார்வையால் ஒரு நொடி வெறித்துவிட்டு தான் எடுத்த முடிவைச் சொன்னாள். அதைக் கேட்டு, பாரதியே ஒரு நொடி ஆடித்தான் போனாள்.

***

**அ**ன்று இரவு முழுவதும் ரவியிடம் அதுபற்றி எதுவும் பேசவில்லை கல்பனா. அவனும் கல்பனாவின் எண்ண ஓட்டத்தை ஓரளவு ஊகித்தவன்போல மௌனம் சாதித்தான்.

காலை எழுந்ததும், "என்னங்க! நான் அம்மா வீட்டுக்குப் போறேன். நேரா அங்கே வந்துருங்க!"

யாரிடமும் எதுவும் பேசாமல் பிறந்த வீட்டுக்கு வந்துவிட்டாள் கல்பனா.

"என்னடீ... கேட்டடியா உன் நாத்தனார்கிட்ட?"

"ம்... கேட்டேன்!"

"ஏண்டீ ஒரு மாதிரி இருக்கு உன் பதில். ஒப்புக்க மாட்டேன்னு சொல்லிட்டாளா?"

"அவ ஒண்ணுமே சொல்லலை. அம்மாக்காரி அவளைப் பேசவிட்டாத்தானே? அந்தக் கிழட்டு மூதேவி வந்துட்டா வக்காலத்து வாங்க. மக மூளையை மழுங்கடிக்கறதே என் மாமியார்தான்மா!"

"எல்லா இடங்கள்ளேயும் அதுதானே நடந்துட்டு இருக்கு!"- இருவரும் திடுக்கிட்டுத் திரும்ப, கல்பனாவின் தம்பி லேதரைக் குழைத்து முகவாயில் பூசிக் கொண்டிருந்தான்.

"யாரைடா சொல்றே?"

"நான் யாரைச் சொல்லப் போறேன்? மகளை புருஷன் வீட்டோட ஒட்டவிடாம ஒட்டிக்கு ரெட்டியா உபதேசம் தரக்கூடிய ஒரே அம்மா பூலோகத்துல உன்னை விட்டா வேற யார?"

"நான் பெத்தவ எனக்கு என் மகளுக்கு எடுத்துச் சொல்ல உரிமையுண்டு!"

"ஆஹா! இல்லைன்னு நான் சொல்ல முடியுமா? பல பொண்ணுங்க இன்னிக்கு நாசமாப் போகக் காரணமே பெத்த தாயோட துர்போதனை தான்னு நான் சொல்லித்தான் தெரியணுமா? ஏம்மா, நீங்கள்ளாம் பொம்பளைங்கதானா?"

"சந்துரு!"

"ஏன்கா அலற்ற? அந்த பாரதியும் உன்னைப் போல ஒரு பெண்தானே? அவளைப் பணயம் வச்சு உனக்கொரு சொந்த வீடு தேவைதானா?"

"வாயை மூட்ரா! நீ வாடீ கல்பனா. இந்தக் கிறுக்கன் வீட்டுக்குள்ள இருக்கும்போது எதுவும் பேசக்கூடாது.

உங்கண்ணன்தான் சரி. நாங்க சொல்றதைக் கேட்பான். வெளியே போயிரலாம் வா...."

"போங்க... போங்க! மகளை இழுத்துட்டு உடனே வெளியே போயிரு பொங்கிப் போட வீட்டுக்கு அண்ணி வந்தாச்சு. பெத்த பெண்ணை இழுத்துட்டு நீ ஊர் சுத்து. எனக்கென்ன போச்சு!"

வெளியே வந்தார்கள்.

"ஏம்மா, கிழவி குறுக்கே பூந்து கலைச்சிட்டாளா?"

"கலைக்கலை. கதையை மாத்தறா. பத்தரத்துல பாரதிக்கும் சமபங்கு இருக்கணுமாம். அண்ணனும், தங்கச்சியுமா கூட்டா பத்திரம் பதிவு செய்யணுமாம்."

"அந்தக் கெளட்டு முண்டையோட கொழுப்பைப் பார்த்தியாடீ? நீ என்ன சொன்ன?"

"எதுவும் சொல்லலை!"

"முடியாதுன்னு முகத்துல அடிச்ச மாதிரி சொல்ல வேண்டியதுதானே? வீடுன்னு கட்டிட்டா, அது உன் பேர்ல தான் இருக்கணும். ஆமாம்மா! ஆயாளும், மவளுமா சேர்ந்து உன் புருஷனைக் கைக்குள்ள போட்டுட்டு, உன்னை வெளில தள்ளு வாங்கடீ! ஒப்புக்காதே நீ!"

"இரும்மா! இதுக்கு நான் ஒப்புக்கலைனா, நம்ம சுய நலம் வெட்ட வெளிச்சமாயிருமம்மா."

"அது எப்படிடீ? உன் புருஷன் வீடு வாங்கினா, அது உன்னைத்தான் சேரணும். அதுதானே உலக நியாயம்?"

"அவ பணம் தரும்போது, அது தன்னையும் சேரணும்னு பேசினா, அதுவும் நியாயம்தானேம்மா?"

"நீயே அவ பேருக்கு வீட்டை எழுதி வச்சிட்டு வந்து நிப்பே போலிருக்கே!"

“அவசரப்படாதேம்மா. குழப்புது எனக்கு. நாளைக்கு என் புருஷனே ஒரு கேள்வி கேட்ரப்படாது பாரு. பதட்டப்படாமதான் இதை அணுகணும்.”

“அந்த பாரதி ஒண்ணுமே பேசலையா?”

“அம்மாக்காரி மகளை பேசவிட்டாத்தானே? பாரதி ஒரு விதத்துல நல்ல பெண்தாம்மா.”

“அப்படீன்னா, அவளை மட்டும் தனியா வெளியே கூட்டிட்டு வந்து சரிக்கட்டு.”

“அதெப்படீம்மா?”

“அவ ஆபீசுக்கு உன் புருஷனையும் கூட்டிட்டுப் போ, பேச முடியாதா?”

“அதுவும் சரிதான்!”

“உடனே செய்டீ! எதையும் தள்ளிப் போடாதே. இது உன் வாழ்க்கைப் பிரச்சினை!”

கல்பனா உடனே புறப்பட்டாள், ரவியின் அலுவலகம் நோக்கி....

திடீரென அண்ணாவும், அண்ணியும் அலுவலகம் வர, குழம்பிப்போனாள் பாரதி.

“பர்மிஷன் போட்டுட்டு வா பாரதி. வெளியே போகலாம்!” பத்து நிமட தாமத்தில் பாரதி கைப்பையோடு வெளிப்பட்டாள்.

ஆட்டோவை அமர்த்திக் கொண்டு ட்ரைவின் போனார்கள் மூவருமாக. டிபனுக்கு ஆர்டர் செய்தான் ரவி.

“எதுக்கு இப்படி திடீர்னு?”

“நேத்து வீட்டு விஷயமா பேசினோம் இல்லையா?”

நிறுத்தினான் ரவிச்சந்திரன்.

“ம் சொல்லு அண்ணா!”

"அம்மா சொன்னபடிக்கு நம்ம ரெண்டுபேர் பேர்ல ஜாயிண்டா பத்திரம் பதிவு செய்ய ஆலோசனை கேட்டேன். அதுல சட்டரீதியா சிக்கல் இருக்கு பாரதி உன் கல்யாணம் முடிஞ்சா, சிக்கல் இன்னும் அதிகரிக்கும், இதெல்லாம் அம்மாவுக்குப் புரியாது. நீ என்னை நம்பலைன்னா, சம்பந்தப்பட்ட அதிகாரியை உனக்கு நான் அறிமுகப்படுத்தறேன். நீயே பேசு."

"சரி, அதனால?"

"என் பேர்ல பண்ணலாம்னா, எனக்கு இன்கம்டாக்ஸ் பிரச்சினைகள் இருக்கு. நமக்கு நஷ்டம் அதிகம். அதனால."

"அண்ணி பேர்ல வாங்கிரலாம்னு யோசனையா?"

"ஆமாம் பாரதி!" அதைச் சொல்லும்போது குற்ற உணர்வில் தன்னையும் மீறி தலை தாழ்ந்தது அவனுக்கு.

"இதெல்லாம் அம்மாவுக்குப் புரியாது பாரதி. நீதான் எடுத்துச் சொல்லி அம்மாவை கன்வின்ஸ் பண்ணணும்."

டிபன் வந்தது.

மேஜையில் அதை வைக்கும்போது, கிண்ணத்திலிருந்து குருமா குலுங்கி பாரதியின் சேலையில் சிந்தியது.

"ஏம்பா அறிவில்லை உனக்கு?"

"தெரியாம நடந்து போச்சு. அதுக்கு ஏன் சார் பெரிய வார்த்தைகளைச் சொல்றீங்க?"

"விடு அண்ணா. பாத்ரூம் எங்கேப்பா இருக்கு?"

அவன் வழிசொல்ல, பாரதி நடந்து பாத்ரூமுக்குள் நுழைந்தாள். பைப்பைத் திருகி தண்ணீர் பிடித்து கறைபட்ட இடத்தைக் கழுவினாள்.

நிமிர்ந்தாள். எதிரே கண்ணாடி!

முன் நரைபளிச்செனத் தெரிந்தது

❋❋❋

# 6

டிரைவின் பாத்ரூம் கண்ணாடி காட்டிய முன் நரை பாரதி மனசுக்குள் பல்வேறு உணர்வுகளை பொங்கச் செய்தது.

'வீட்டில் உள்ள ரசம்போன கண்ணாடியில் இது தெரியவில்லையா எனக்கு?' நினைத்த மாத்திரத்தில் மனசுக்குள் இன்னும் சில கேள்விகள்.

பாரதி வாலிபப் பருவத்தை கடந்து கொண்டிருக்கிறாய் நீ! எச்சரிக்கை! வெளியே போன பின்பு, அவர்களுக்கு என்ன பதில் சொல்லப் போகிறாய்? ஒரு அண்ணனுக்கு இத்தனை சுயநலம் வருமா? இது சாத்தியம்தானா? அவனும் ஆண்பிள்ளைதானே? பெண்களின் உத்தியோகத்திலும், தயவிலும் பிழைக்க வேண்டிய நிர்பந்தம் இன்றைய ஆண்களுக்கு? மனைவியின் தயவு இருந்தால்தான் சொந்த வீடு. அது அவள் சம்பாத்தியமோ, இல்லை மாமனார் வீட்டு பணமோ? ஏதோ ஒன்று! சொந்தக் கால்களை இழந்து கொண்டிருக்கும் ஆண்களின் எண்ணிக்கை கூடத் தொடங்கிவிட்டது. பொய்க்கால் புருஷர்கள் தான் எல்லாரும்.

சட்டென கதவைத் திறந்து கொண்டு வெளிப்பட்டாள் பாரதி. வந்து உட்கார்ந்தாள்.

"கறை அதிகம் பட்டிருச்சா பாரதி?"

"இதுவரைக்கும் பட்டதுல பாதகமில்லை. இனிமே படாம ஜாக்கிரதையா இருக்கணும்!"

கல்பனா ரவியின் முகத்தைப் பார்த்தாள்.

"என்ன பாரதி சொல்ற நீ?"

"எது விஷயமா?"

"அதான் வீட்டு விஷயமாத்தான். நீ ஒப்புக்கிட்டா உடனே ஏற்பாடு செஞ்சிரலாம். அம்பதாயிரம் அட்வான்ஸ் கட்ட என் மாமனார் தயார். அவர் முன்பணம் கட்டலைனா இந்த வீட்டை வாங்க முடியாதுன்னு வச்சுக்கோ! அதனால கல்பனா பேர்ல ரெஜிஸ்டர் பண்ணினாக்கூட நமக்கு உறுத்தலா இருக்காது. என்ன பாரதி?"

"எனக்கு ஒருநாள் அவகாசம் கிடைக்குமா அண்ணா?"

"எதுக்கும்மா?"

"நான் கொஞ்சம் யோசிக்கணும்!"

"ஏன் பாரதி, எங்களை நீ நம்பலையா?" கல்பனா சற்று வருத்தமான குரலில் கேட்டாள்.

"நான் நம்பறேன் அண்ணி. நான் நம்பாத நபர் இந்த பூமியில ஒரே ஒருத்தர்தான்!"

"அது யாரு?"

"நானேதான்!"

"புரியலை!"

"ஆமாம். பாசம் ரொம்ப உசத்தினு நினைக்கற குணம் இன்னும் எங்கிட்ட பாக்கியிருக்கு. பாசத்தை காசாக்கத் தெரியலை எனக்கு. ரத்த பந்தங்கள் கூட வியாபார ரீதியாமாறத் தொடங்கியிருக்கு. உறவுகள் கிட்ட பிரிஞ்சு சின்னச் சின்ன வட்டங்களா, தீவா மாறி விலகத் தொடங்கியாச்சு. இதெல்லாம்

ஏன்னு எனக்கு மட்டும் ஏனோ புரியறதேயில்லை அண்ணி. நாளைக்கு நான் என் முடிவைச் சொல்லலாமா?''

''இதையெல்லாம் அம்மாகிட்ட சொல்லப் போறியா பாரதி?''

''இல்லை... அம்மா எதையும் சரியா புரிஞ்சுக்கறதில்லை. கண்ணோட்டம் நெகட்டிவா இருக்கு. அதனால்தான் உன்னை தனியா கூட்டிட்டு வந்து பேசினோம் ரெண்டு பேரும்!''

தன்னையும் மீறி நிஜமான சொரூபத்தைக் காட்டிவிட்டான் ரவி.

''அண்ணா ஒரு கேள்வி கேட்டா உனக்குக் கோவம் வருமா?''

''கேளு பாரதி!''

''உன் வாழ்க்கையில் எத்தனையோ நல்லது நடக்குது நடக்கப் போகுது. ஏதாவது ஒண்ணுக்காவது அம்மாவை ஆலோசனை கேட்டதுண்டா நீ?''

''பாரதி!''

''இதுக்கு உன் பதில் நெகட்டிவ்தான். நிச்சயமா நீயே நெகட்டிவா இருக்கும்போது, பாஸிட்டிவ் அப்ரோச்சை அம்மாகிட்ட எப்படிண்ணா எதிர்பார்க்க முடியும்?''

''பாரதி இதுக்கு காரணம் நான்னு சொல்ல வர்றியா நீ?'' கல்பனாவின் குரலில் கோபம் இருந்தது.

''இல்லைண்ணீ! நிச்சயமா அண்ணனோட எந்தச் செயலுக்கும் காரணம் நீங்கதான்னு நான் சொல்லமாட்டேன்!''

''பின்ன?''

''அவர் என்ன சின்னப் பிள்ளையா? தனக்குனு சொந்த புத்தி இல்லையா? மாமியார் பேச்சை மதிக்கிற அண்ணனுக்கு தாய் பேச்சை மட்டும் தட்டி நடக்க எப்படி தெரியுது? மனைவியோட உறவுகள் வீடு தேடி வரும்போது வாய்கிழிய

சிரிக்கிற ஆண்கள், தன் சொந்த உறவுகளைப் பார்க்கும் போது சொத்தைக் கடலை தின்ன மாதிரி முகம் போகுதே! அதெப்படி அண்ணி? இதுக்கெல்லாம் மனைவிகளை ஏன் பழி சொல்லணும்?''

''பாரதி!''

''இரு அண்ணா! நான் பேசி முடிச்சிர்றேன். சொந்தக் காலை மடிச்சுக் கட்டிட்டு, மனைவி கால்ல நடக்கறதுல இந்த ஆண்களுக்கு ஒரு சுகம் இருக்கு. எந்தப் பிரச்சினை வந்தாலும் மனைவி பேர்ல பழி சுமத்திரலாம் பாரு. எஸ்கேப்பிஸ்ட்!''

''ஸ்டாப் இட் பாரதி!''

''உன் பணத்தை நாங்க கேட்கலை! உன் தயவால ஒரு சொந்த வீடு எங்களுக்கு வேண்டாம். அதுக்காக உன் அண்ணனை அவமானப்படுத்த வேண்டிய அவசியம் இல்லை!''

கல்பனா வெடித்தாள்.

''அண்ணீ! இதைக்கூட அண்ணனால சொல்ல முடியலே பார்த்தீங்களா? அவரோட சொந்தக் குரலைக் கேட்க மாட்டமான்னு ஏக்கமா இருக்கு. டப்பிங்தானா இதுலேயும்?''

சடாரென எழுந்தான் ரவிச்சந்திரன்.

''வீட்டுக்கு வா பாரதி! ரெண்டுல ஒரு முடிவை இன்னிக்கே நான் எடுத்துர்றேன். எங்கம்மா ஒரு துரோகி!''

பாரதியின் முகம் முதன் முதலாகச் சிகப்பை அணிந்து கொண்டது.

''முடிவை நானும், அம்மாவும் ஏற்கெனவே எடுத்தாச்சு. அம்மா நேற்று அதைச் சொன்னப்ப எனக்கே அதிர்ச்சியா இருந்தது ஆனா இப்ப நான் வருத்தப்படறேன். இத்தனை தாமதமா எடுத்தமா முடிவைன்னு!''

''என்ன சொல்றே நீ?''

“வீட்டுக்கு வந்தே நானும் சொல்றேனே!”

மூவரும் புறப்பட்டார்கள். வீட்டை அடைந்தார்கள்.

“அம்மா எல்லாத்தையும் ‘பாக்’ பண்ணிட்டியா?”

“பாரதி நீ என்ன சொல்ற?” ரவி நிஜமான அதிர்ச்சியுடன் கேட்டான்.

“பிரச்சினைன்னு வந்த பின்னால பேசித்தானே ஆகணும். நீ அண்ணியோட ஒரு கால்லேயும் என்னோட இன்னொரு கால்லேயும் நடக்கிறது ரிஸ்க். ரெண்டு கால் ரெண்டு திசைல நடக்க நினைச்சா, பயணம் தொடர வழியில்லை. அதனால நானும், அம்மாவும் விலகிப் போறோம். விலகிப் போறதால விரோதம்னு நினைக்க வேண்டாம். நான் இப்பவம் எப்பவும் உன் தங்கைதான். புறப்படும்மா. அண்ணி நான் வரட்டுமா?”

இமைக்க மறந்து நின்றான் ரவிச்சந்திரன்.

***

**நி**மர்ந்து பார்த்தார் சிவகுமார்.

“சார், நான் உங்ககூட கொஞ்சம் பேசணுமே!” எதிரே நின்றாள் பாரதி.

“உட்காருங்க பாரதி. சொல்லுங்க!”

எப்படி பேச்சைத் தொடங்குவது என்று சற்று சங்கடத்துடன் நெளிந்த பாரதி குரலைத் தழைத்துக்கொண்டு, இளகிய பார்வையுடன்,” சார், நானும் அம்மாவும் நேத்திக்கு வீட்டைவிட்டு வெளியே வந்தாச்சு...”

“ஈஸிட்!” நிமர்ந்து உட்கார்நதார் சிவகுமார்.

அவளே பேசட்டும் என்று அவகாசம்.

“எல்லாத்தையும் விவரமா நான் அப்புறம் சொல்றேன். தற்சமயம் எங்க மாமா ஒருத்தர் வீட்ல அம்மா இருக்காங்க. நானும்தான்! அதிக நாள் அங்கே தங்கறது அவ்ளோ

நல்லா இருக்காது. நாளைக்கே எனக்கு வீடு கிடைச்சாலும் நல்லதுதான்.''

''சரி பாரதி. நான் உடனே ஏற்பாடு பண்றேன்!''

''சார்... அது மட்டுமில்லே...''

''சொல்லுங்க பாரதி... கமான்!''

''கையில பணம் எதுவும் இல்லை. ஒரு வீடுன்னு கிடைச்சா அட்வான்ஸ் தரணும். எடுத்த எடுப்புல குடித்தனம் பண்ண ஆரம்பச் செலவுகள் நிறைய இருக்கு. கட்டின புடவையும், கையில் பெட்டியுமா இறங்கிட்டோம் அதனால...''

''நான் ஏற்பாடு பண்றேன் அதுக்கும்!''

''வட்டி கட்டிரலாம் சார். நாளைக்கே சொஸைட்டி லோனுக்கு அப்ளை பண்றேன். ஒரு மாசத்துல கிடைக்காதா?''

''கிடைக்கும். வீடு சின்னதா இருந்தா போதாதா பாரதி?''

''ஒரு ரூம் இருந்தால்கூட போதும் சார். இடம் பெரிசா இருந்து, மனசுகள் சின்னதா இருக்கறதைவிட, அதுக்கு எதிரா இருக்கறது தேவலை!''

''நீங்க போய் வேலையை கவனியுங்க. நான் பார்த்துக்கறேன்!''

பாரதி நிம்மதி பெருமூச்சு விட்டாள்.

சிவகுமார் கல்மிஷமில்லாத உன்னதமான நண்பர். உதவிகள் செய்வதற்கென்றே பிறந்தவரோ என்றுகூடத் தோன்றும். மாமா வீட்டில் அதிக நாட்கள் இருக்க முடியாது. மாமா யதார்த்தவாதி பிரச்சினைகளை அதன் சரியான கோணத்தில் நின்று அவரால் புரிந்து கொள்ளமுடியும். ஆனால் அத்தை? ஒரு குடியை ஒன்பது குடியாக்குவதில் வல்லவள். கூசாமல் முகத்துக்கு நேரேயே விமரிசனம் செய்வாள்.

மாலை வீடு திரும்பி விவரம் சொன்னாள் பாரதி.

இரவு படுக்கப் போனபோது

"பாரதி...!"

"என்னம்மா?"

"ரெண்டுபேரும் அவசரப்பட்டு தப்புப் பண்ணிட்டமோ?"

"வீட்டைவிட்டு வெளியே வந்ததைச் சொல்றியா? என்ன தப்பு அதுல? கூச்சல் போட்டு நாலு குடித்தனம் பார்க்கும்படி வெளில வந்தோமா? இல்லையே!"

"ஆனாலும்?"

"அப்புறம் என்னமா? அங்கேயே தொடர்ந்து இருக்கணும்னா அண்ணியோட தாளத்துக்கு ஆடித்தான் ஆகணும். நான் கூட ஓரளவு சமாளிச்சிட்டேன். உன்னால தான் முடியலை!"

"உன்னைப் பணயம் வைக்க என் மனசு ஒப்பலை பாரதி!"

"அப்ப விடு! துணிஞ்சிட்டா, தைரியமா இருக்கணும்."

"ரெண்டு பேரும் பொம்மானாட்டியா வேற இருக்கமேனு கவலைப்படறேன்!"

"நீ முழுக் கிளவி... நான் அரைக்கிழவி... யார் நம்மை என்ன செய்ய முடியும்ங்கற?"

"எந்த சமயத்துலேயும் உன்னால எப்படீடி பாரதி சிரிக்க முடியுது?"

"கவலைப்பட்டோ, கண்ணீர் விட்டோ பிரச்சினைகளைத் தீர்த்துர முடியாதும்மா. பிரச்சினைகளை அதன் போக்குல சந்திக்காம நீ தப்பிக்கவே முடியாது. சோகம், சோர்வைத்தான் தரும். சிரிச்சிட்டே இருந்தா நமக்கும் நல்லது. நம்மோட இருக்கற நாலுபேருக்கும் நல்லதில்லையா? தூங்கு! மாத்திரை போட்டு கிட்டியோ?"

❀❀❀

# 7

மறுநாள் அலுவலகம் போனபோது சிவகுமார் அவசரமாக வந்து விட்டார்.

"பாரதி... ஒரு வீடு பார்த்திருக்கேன். மாசம் முன்னூறு ரூபா வாடகை. ஒரு ஹால், ஒரு கிச்சன் மட்டும்தான். பாத்ரூம், டாய்லட் நாலு வீட்டுக்கும் காமன். கிணத்துத் தண்ணி காற்றோட்டம் நல்லா இருக்கு. ஏற்பாடு பண்ணலாமா? மூணுமாசத்து அட்வான்ஸ்."

"உடனே பாத்துருங்க சார்!"

அப்ப பர்மிஷன் போட்டுட்டு புறப்படுங்க. முடிவு செஞ்சிரலாம்!"

மாலை மூன்று மணிக்கு அவரோடு வெளியே வந்தாள்.

"இந்தாங்க பாரதி! இதுல மூவாயிரம் ரூபாய் இருக்கு. தற்சமயம் தொள்ளாயிம் அட்வான்ஸ் தந்தாலும், அவசரப் பாத்தர பண்டத்துக்கு இது போதாதா?"

"தாராளமா. என்ன வட்டி சார்?"

"வட்டி இல்லைமா!"

"பெத்தவங்களே பிள்ளைகிட்ட வட்டிவாங்கற காலம் வட்டி வேண்டாம்னு அந்தப் புண்ணியவான் யார்?"

"நான்தான்!"

"சார்..."

"என் சேமிப்புல இருந்து எடுத்த பணம் தான் இது. அதனால உங்களுக்கு பிரச்சினை இல்லை!"

"சார், அடுத்த மாசமே சொஸைட்டி..."

"வேண்டாம் பாரதி அது கூடாதுன்னுதான் என் பர்சனல் பணத்தை எடுத்தேன். பிடித்தம் போக உங்க கைக்கு வர்ற சம்பளம் ஆயிரத்து மூன்னூறு ரூபா போயிட்டா, மிச்சத வச்சிட்டு எப்படி குடித்தனம் பண்ண முடியும்? கொஞ்சம் நிலைச்சு நின்ன பின்னால திருப்பிக்கொடுங்க."

பாரதியின் கண்கள் கலங்கிப்போனது. அவள் நன்றி சொல்வதற்குள் பஸ் நிற்க, குறிப்பிட்ட அந்த வீட்டுக்கு அழைத்துப்போனார் சிவகுமார்.

பாரதிக்கு வீடு பிடித்துவிட, உடனே வீட்டுக்கார அம்மாவைப் பார்த்து முன் பணத்தைக் கொடுத்துவிட்டாள்.

"நாளைக்குக் காலைல பாலை காய்ச்சிட்டு, நாளைக்கே குடி வர்றோம்!" வெளியே வந்தார்கள்.

"இப்பத் தெரிஞ்சுக்கலாமா பாரதி என்ன நடந்ததுன்னு?" ஒரு ஓட்டலுக்குள் உட்கார்ந்தபடி அவளைப் பார்த்துக் கேட்டார் சிவகுமார்.

பாரதி எதையும் ஒளிக்கவில்லை.

நடந்த சம்பவங்கள் சகலமும் சொல்லி விட்டாள். சிவகுமார் அதிர்ச்சியுடன் கேட்டுக் கொண்டிருந்தார்.

"நான் என் எதிரகால பயம் காரணமா வெளியில வரலை சார். என் மாதிரி பெண்களுக்கு எதிர்காலம்னு ஒண்ணு இருக்கானே தெரியல. ஆனா சுயநலத்துக்கு ஒரு அளவு வேணாமா? தன் பெண் வாழணும்னு அவங்க நினைக்கற

மாதிரி எல்லா தாயாருக்கும் இருக்குமில்லையா? நான் வாழறேனோ, இல்லயோ, வயசான தாயாரை கடைசி காலத்துல நிம்மதியா இருக்க விடணும் சார்!''

''அது கஷ்டம் பாரதி!''

''ஏன் சார்?''

''உங்க கல்யாணம் முடிஞ்சாத்தான் அம்மாவுக்கு அந்த நிம்மதி கிடக்கும்!''

''பழைய சோறு நிலைக்கட்டும் சார், பாயசம் பத்தி யோசிக்கலாம்!''

மறுநாள் அதிகாலை...

அம்மாவுடன் வந்து பால்காய்ச்சினாள் பாரதி. மாமாவும் உடன் வந்திருந்தார். முதல் நாள் மாலையே முக்கியமான ஒரு சில பாத்திரங்களும், ஒரு ஸ்டவும் சமையலுக்குத் தேவையான சில மளிகை சாதனங்களும் வாங்கி வைத்திருந்தாள் பாரதி.

மாமா போய் விட்டார்.

காப்பியைக் குடித்துவிட்டு, அக்கடா என்று உட்கார்ந்துவிட்டாள் அம்மா.

குளித்து முடித்துவிட்டு வந்நதிருந்ததால், சமையலைத் தொடங்கி விட்டாள் பாரதி.

''பாரதி...''

''என்னம்மா''

''ஒண்ணுமே இல்லாம, நாலே பாத்திரத்தோட ஒரு குடித்தனம் தொடங்கியிருக்கோமே... என்ன தைரியத்துல இது தொடரப் போகுது? மலைப்பா இருக்கு!''

''நாலு முழத்துக்கும் குறைவான ஆடையைக் கட்டிட்டு ஒரு நாட்டையே மீட்டவாம்மா காந்தி. உனக்கு என்ன வசதிக் குறைச்சல் இங்கே? அடிப்படையா சாப்பாடும்,

கட்டிக்கத் துணியும், பாதுகாப்பா ஒரு வீடும் இருக்கா? விட்ரு கவலையை."

"பாரதி..."

"சொல்லும்மா!"

"நாளைக்கு உனக்குக் கல்யாணம்னு ஒண்ணு வந்துட்டா?"

"அது தானா வராதும்மா. நீ தேடி போனாக்கூட அது ஓடி ஒளிஞ்சுடும். கும்பி, கூழுக்கு அழும்போது, கொண்டை பூ கேட்டுதாம். இந்தத் தேங்காயைத் துருவிக் குடு. சமையல் முடிச்சிட்டு, நான் ஆபீஸ் புறப்படணும். நேரமாச்சு எனக்கு!"

"பாரதி உனக்கு ஆசையே இல்லையாடீ?"

"அது இல்லாம இருக்கறது நல்லதுமா. பொம்மனாட்டியோட அதிக ஆசைதான் அழிவுகளைத் தேடித் தருது. சரி, பேச நேரமில்லை எனக்கு!"

"பாரதி..."

"சொல்லேன்மா!"

"இங்கே வீட்டுக்காரம்மாவோ, மத்த குடக்கூலிக்காரங்களோ நம்மைப் பற்றி கேட்டா என்னடீ சொல்றது?"

"ஜெயில்லேருந்து விடுதலையாகி நேரா இப்பத்தான் வீட்டுக்க வாறோம்னு சொல்லு! ரசத்துக்கு புளி சரியா இருக்கான்னு பாரு!"

"அதுக்கில்லை பாரதி..."

"பின்ன என்னம்மா... அதுவா இப்ப முக்கியம்?"

"அதுவும் முக்கியம்தாம்மா. திடீர்னு ரெண்டு பொம்மனாட்டிகள் ஒண்ணுமில்லாம குடித்தனம் பண்ண வந்தா, என்னன்னு கேக்கச் சொல்லாதா? கேட்கும்போது, உனக்குகென்ன போச்சுனு அலட்சியப்படுத்த முடியுமா? நாலு பேரோட ஒட்டி வாழணும் இல்லையா?"

பாரதி சட்டென நின்றாள்.

அம்மா சொல்வதும் நிஜம்தான்.

"சரிம்மா! உனக்கு என்ன தோணுதோ அதைச் சொல்லு. நீ சொன்னதை எங்கிட்டச் சொல்லு. நீயொண்ணு, நானொண்ணு சொல்லக் கூடாது பாரு!"

"அவன்கிட்ட கோவிச்சுக்கிட்டு வந்தம்னு சொன்னா, குடும்ப மரியாதை வீதிக்கு வந்துருமேனு பார்கறேன்!"

"சரி எங்களுக்கு யாருமில்லை. நாங்க அனாதைனு சொல்லு!"

"நல்லாருக்கே! அப்படி சொல்ல முடியுமா?"

"ஏதோ ஒண்ணு சொல்லும்மா. என்னை ஆளை விடு. எனக்கு நேரமாகுது!"

சமையலறை முடித்து, அம்மாவுக்குத் தேவையான தண்ணீரை இறைத்து நிரப்பிவிட்டு, புடவையை மாற்றிக் கொண்டாள் அவசரமாக.

"அம்மா நான் புறப்படறேன். கதவைச் சாத்திட்டு பத்திரமா இரு. புது இடம் வேற..."

வெளியே வந்தாள்.

வாசலைத் தாண்டும் போது வலது மணிக்கட்டை "சர்"ரென்று என்னவோ சுட, ஒரு நொடி மிரண்டு, கையை உதறினாள்.

அவள் காலடியில் கிடந்தது அந்த சிகரெட். தோள் பட்டையில் சாம்பல் துகள்கள்.

சடாரென நிமிர்ந்து மேலே பார்த்தாள்.

மாடிப் போர்ஷனில் நின்று கொண்டிருந்த அவன் அவசரமாகக் கீழே ஓடி வந்தான்.

"ஸாரி மேடம். என் கையில இருந்த சிகரெட் தவறி கீழே விழுந்திருச்சு. வெரி ஸாரி!"

அவனை எரிக்கும் பார்வையால் ஒரு நொடி பார்த்து விட்டு சடாரென விலகி நடந்தாள். அவன் ஓடிவருவது தெரிந்தது.

"மேடம் ஒரு நிமிஷம்!"

"என்ன?"

"கீழ் வீட்டுக்கு புதுசா குடி வந்திருக்கீங்களா?"

நின்று, திரும்பிப் பார்த்தாள்.

மடித்துக் கட்டிய லுங்கியை சடாரென தழைத்துக் கொண்டான் அவன். கட் பனியன், தலையில் டாக்கி டவலை சுற்றியிருந்தான். சற்று கனமான மீசையோடு ஓரளவு வசீகரமாகக்கூட இருந்தான்.

"மிஸ்டர்! அறிமுகப்படுத்திக்கற இடம் நடுத்தெரு இல்லை. அறிமுகப்படுத்திக்க எனக்கு நேரமும் இல்லை" சடாரெனத் திரும்பி நடக்கத் தொடங்கினாள்.

தொடர்ந்து அவன் ஓடி வந்தான். அவளுக்கு எதிரே வழி மறித்தான்.

"ஸாரிங்க. சிகரெட் உங்க கையை சுட்டிருச்சா?"

"இல்லை. ஒத்தடம் கொடுத்துருச்சு. ஒரு பெண்ணை வழிமறிச்சுப் பேசறது அத்தனை முறையில்லை மிஸ்டர். பிஹேவ் யுவர்செல்ஃப் வழியை விடுங்க!"

"என் பேரை நீங்க கேட்கலையே... நான் சொல்லிர்றேன். கிரிதர். கிரின்னு கூப்பிடு வாங்க, ரொம்ப நெருக்கமானவங்க!"

"இம்மாரல் இடியட்!" சொல்லிவிட்டு சரசர அடிவென வேகம் கூட்டி நடக்கத்தொடங்கினாள் பாரதி. காலை நேரத்து ரம்யமான மனநிலை அவனால் பெருமளவு நாசமாகியிருந்தது. அன்றைய நாள் முழுவதும் மந்தமாக நகர்வது போலிருந்தது.

அலுவலகம் முடிந்து வீடு திரும்பியபோது பூட்டிக்கிடந்தது வீடு

'அம்மா எங்கே போனாள்?'

அதற்குள் வீட்டுக்காரம்மா ஓடி வந்தாள் அவசரமாக.

"பாரதி உங்கம்மாவை நர்ஸிங்ஹோம்ல அட்மிட் பண்ணியிருக்கு!"

பாரதி அலறி விட்டாள்!

***

# 8

"எ... என்னாச்சு எங்கம்மாவுக்கு?" பதறிக் கொண்டு வந்தது பாரதியின் குரல்.

"எங்க வீட்டுக்கு வரச்சொன்னேன். வந்து பேசிட்டு இருந்தாங்க. தம்பி குழந்தையை அப்பத்தான் குளிப்பாட்டி..."

"சாம்பிராணி போட்டாங்களா?"

"ஆமாம்!"

"கடவுளே! சாம்பிராணி டகை அவங்களுக்கு ஜென்ம விரோதியாச்சே!"

"அது யாருக்கம்மா தெரியும்? திடீர்னு அந்தப் புகை படவே, ஒரு நொடில அவங்களுக்கு மூச்சுத்திணற ஆரம்பிச்சு, நிலைமை ரொம்ப மோசமா போச்சு. உங்க ஆபீஸ் விலாசமோ, போன் நம்பரோ இங்கே யாருக்கும் தெரியாது. பேசற நிலைல உங்கம்மாவும் இல்லை. அவங்க முகமெல்லாம் நீலமாகி... கடைசியில மாடிவீட்டு கிரிதர் இருந்தாரா, பிழைச்சோம்மா."

"இப்ப அம்மா எங்கே?"

"மெயின் ரோட்ல 'வேதா கிளினிக்'ன்னு ஒரு நர்ஸிங் ஹோம் இருக்கு. அதுல இருக்காங்க. கிரிதரன் கூட இருக்கார்" தலைதெறிக்க ஓடினாள் பாரதி.

மருத்துவமனை ரிசப்ஷனில் நுழைந்து விவரம் கேட்க, தகவல் கிடைத்தது.

முதல் மாடியில் தனியறையில் அம்மா இருந்தாள். பாரதி படக்கென கதவைத் திறக்க, புத்தகம் படித்துக் கொண்டிருந்த கிரிதர் எழுந்தான்.

''சார்... அம்மா இப்ப?''

''பதட்டப்படாதீங்க மேடம். ஆபத்து எதுவுமில்லை! நல்லா தூங்கிட்டு இருக்காங்க!''

கட்டிலின் அருகில் போய் நின்றாள் பாரதி. ஆழ்ந்த உறக்கம் மார்பின் ஏற்ற இறக்கங்களில் புலப்பட்டது.

திரும்பி கிரிதரைப் பார்த்தாள்.

''கொண்டு வரும்போது கொஞ்சம் சீரியஸாத்தான் இருந்தது ஆஸ்த்மாவோட தீவிரம் நம்ம வீட்டுப்பக்கம் யாருக்கும் புரியலை. எனக்கு அதுபற்றித் தெரியும். அதனால தான் உடனடியா நடவடிக்கை எடுத்தேன்... மானிட்டர்பொருத்தி உடனே ஆக்ஸிஜன் பீட் பண்ணிட்டாங்க. சுவாசம் சீராயாச்சு!''

''உ... உங்களுக்கு எப்படி நன்றி சொல்றதுன்னே தெரியலை எனக்கு!''

''எதுக்கு... எதுக்கு நன்றி? பரஸ்பர உதவிகள் மனிதாபிமானம் இல்லையா?''

''காலைலேருந்து நீங்க இங்கே இருக்கீங்களா சார்!''

''ஆமாம்...உங்களைப் பற்றி ஒரு தகவலும் தெரியலை... உங்கம்மா பேசக்கூடிய நிலைல இல்லை. என்ன செய்ய முடியும் நான்? உங்க பேர்கூட இன்னும் தெரியலையே எனக்கு!''

''பாரதி!''

''ஸ்வீட் நேம்!''

அதற்குள் டாக்டர் உள்ளே நுழைந்தார். பாரிசோதித்து விட்டு, "இப்பவே டிஸ்சார்ஜ் பண்ணிரலாம் சார். அவங்க விழிச்சதும் கூட்டிட்டுப் போயிருங்க!"

"நீங்க இருங்க பாரதி. நான் போய் பில்லைக் கட்டிட்டு வந்திர்றேன்."

"சார் வேண்டாம்!"

"இப்ப நான் பணம் கட்டிர்றேன். கணக்கு வழக்கை வீட்ல போய் வச்சுக்கலாமே!"

அவன் போய் விட்டான்.

அம்மா கண் விழித்து, வீட்டுக்கு அழைத்துவர இரவு எட்டு மணிக்கு மேலாகிவிட்டது. அக்கம் பக்கம் வந்து, விசாரித்துவிட்டுப் போக, எல்லாரும் போன பின்பும் கிரி மட்டும் மிஞ்சியிருந்தான்,

"இந்தத் தம்பி மட்டும் இல்லைனா நான் உன்னை அனாதையா விட்டுட்டுப் போயிருப்பேன் பாரதி!"

"என்னம்மா இது? எமோஷன் கூடாது. ஆஸ்த்மா அதிகமாயிரும். அமைதியாயிருங்க!" கிரிதர் சொல்ல, அம்மா கண்களை மூடிக்கொண்டாள்.

"கொஞ்சம் காப்பி தரட்டுமா சார்?"

"குடுங்களேன்! கூடவே உங்க ஆபீஸ் விலாசம், போன் நம்பர் தந்து வைங்க. அது முக்கியம்!"

சூடாக காப்பி தந்தாள்.

"நீங்க தஞ்சாவூர்க்காரரா?"

"ஏன்?"

"இல்லை... இத்தனை பிரமாதமா காப்பி போட அந்த ஊர்க்காரங்கக்குத்தான் கை வரும்னு கேள்வி!"

"நல்ல ரசனை உள்ளவரா இருக்கீங்களே!"

"இதென்னங்க? நான் ஒரு சாப்பாட்டு ரசிகன்னும் சொன்னா நம்புவீங்களா? நல்ல மழை நாள்ல, மின்சாரம் இல்லாத ராத்திரில, சுடச்சுட மோர்க் குழம்பும் பலாக்காய் பொரியலுமா சாப்பிட்டா என்ன சுகம் தெரியுமா?"

"உங்க மனைவி பிரமாதமான சமையல் வல்லுனரோ?"

"யாருக்குத் தெரியும்?"

"என்ன சார் இது? உங்களுக்கே தெரியாதா?"

"எனக்குக் கல்யாணமா இன்னும் ஆகலை. மனைவியைப்பற்றி நீங்க கேட்டா?"

"ஐயம் ஸாரி! அப்படீன்னா இங்கே நீங்க?"

"மாடி போர்ஷன்ல நான் மட்டும்தான் இருக்கேன். எங்கம்மா எர்ணாகுளத்துல தம்பி வீட்ல இருக்காங்க."

"ஓட்டல் சாப்பாடா?"

"ம்.... பெரும்பாலும் அப்படித்தான்? கற்பனைலதான் வெங்காய வத்தக்குழம்பும், பாகக்காய் பிட்ளையும்! ஒண்ணு சொல்றேங்க பாரதி... மனுஷன் சம்பாதிச்சா மட்டும் போதாது. அதை அனுபவிக்க யோகமும் வேணும். எனக்கு அந்த ராசி அவ்வளவா இல்லைங்க!"

"ஐயாம் ஸாரி!"

"எதுக்கு?"

"நான் உங்களைக் காயப்படுத்திட்டேனா?"

"நோ...நோ! நான் எதையுமே சீரியஸா எடுத்துக்கறதில்லை."

"சார். நீங்க எங்கே வொர்க் பண்றீங்க?"

"இன்கம்டாக்ஸ்ல இருக்கேன். வெல்! நான் வரட்டுமா? தாங்க்ஸ் ஃபார் த காப்பி! அம்மாவை ஜாக்கரதையா பார்த்துக்குங்க என்ன வேணும்னாலும் பக்கத்துல நான் இருக்கேன். சரியா?"

"சரி சார்!"

"சார் வேண்டாமே! கால் மீ கிரி. ஓ. கே?"

போய் விட்டான்.

அன்று இரவு அம்மா நன்றாக உறங்கினாள். பாரதிக்கு ஏனோ உறக்கம் பிடிக்கவில்லை.

கிரியின் குறும்பு விழியும் அந்தப் பெரிய கண்களும், முகவிழியில் விழும் வசீகரமான குழியும் அவளை லேசாக உலுக்கி விட்டிருந்தது.

"ச்சே! என்ன ஆச்சு எனக்கு? திடமானது ஏன் அலைபாய்கிறது இன்று? ஆரம்ப அறிமுகத்திலேயே அவனை, 'இம்மாரல் இடியட்' என்று பேசியிருக்கக் கூடாது நான்... அவன்தான் இன்று அம்மாவைக் காப்பாற்றியிருக்கிறான்... பாவம்!"

வெகுநேரம் யோசித்தபடி உறங்கிப் போனாள்.

"பாரதி...பாரதி! விடிஞ்சு ரொம்ப நேரமாச்சு போலிருக்கே எழுந்திரும்மா!"

"நான் ஆபீஸ் போகலைம்மா!"

"ஏண்டீ!"

"உனக்கு நார்மலாக இன்னும் இரண்டு நாள் போகணும். போன் பண்ணி லீவு சொல்லிர்றேன்!"

அம்மா பதில் சொல்லாமல் கண்களை மூடிக்கொண்டாள் மறுபடியும். பாரதி குளித்து முடித்து குக்கர் வைத்ததும் கதவு ஓசைப்பட்டது திறந்தாள்...

"வாங்க கிரி!"

"இப்ப நார்மல்!"

"நான் ஆபீஸ் போறேன். வரும்போது எதுவும் வாங்கிட்டு வரணுமா?"

"நோ தேங்க்ஸ்! ஆங்... ஒரு உதவி செய்யணுமே! எங்க ஆபீசுக்கு போன் பண்ணி எனக்கு லீவு சொல்லணுமே!"

"நம்பர் குடுங்க!"

வாங்கிக் கொண்டான். வெளிப்பட்டு, ஸ்கூட்டரை உதைத்துப் பரவினான். புள்ளியானான். அவனது கம்பிரம் உள்ளே ரசாயன மாறுதல்களை நிகழ்த்த, அசையாமல் நின்றாள் பாரதி.

"பாரதி..."

"என்னம்மா?"

"நான் அட்மிட் ஆன விவரத்தை ரவிக்குச் சொல்ல வேண்டாமா?"

"எதுக்கு?"

"என்னடீ இப்படிச் சொல்றே?"

"அம்மா... நாம வீட்டைவிட்டு வெளியே வந்து ஒரு வாரம் ஆகப்போகுது. என்ன செய்யறோம்னு இந்த நிமிஷம் வரைக்கும் அண்ணன் விசாரிக்கலை. அறிமுகமில்லாத ஒரு கிரிக்கு இருக்கற அக்கறைகூட சொந்தப் பிள்ளைக்கு இல்லைனா அது எப்படீம்மா?"

"அவனால வாய் பேச முடியாதுடி அவ ராட்சஸி அவன்தான் என்ன செய்வான் பாவம்!"

"ஏம்மா? வீட்ல அவ ராட்சஸி. வெளில வந்துட்ட... தன் ஆபீஸ்ல இருந்து எனக்கொரு போன் பண்ணக்கூடாதா? அதுக்கும் அவளைக் கேக்கணுமா? இல்லை சொல்லணுமா?"

"பாரதி...."

"அம்மா, உன்னை என்னால புரிஞ்சுக்க முடியலை... அங்கே இருந்தப்ப, என் உரிமைக்காகப் போராடி வீட்டை விட்டு வெளில போகலாம்னு சொன்னதே நீதான். இப்ப, அண்ணாவுக்குப் பரிஞ்சு பேசற நீ!"

"அதுதாண்டீ தாய்! உன்னைச் சுமந்த கர்ப்பத்துல தான் அவனையும் சுமந்திருக்கேன். அவனுக்கு மட்டும் பாசமில்லைன்னு நினைச்சியா பாரதி? அதை வெளிப்படுத்தி அவனால முடியலை."

"சரி ஏதோ ஒண்ணு. இப்ப உடம்பைப் போட்டு அலட்டிக்காதே! இன்ன இடத்துல நாம இருக்கம்னு அண்ணாவுக்குத் தெரிவிச்சா, ஏதோ ஆதாயம் கருதி அணுகறோம்னு அண்ணி அலற மாட்டாளா? விடம்மா! அக்கறையிருந்தா அண்ணன் வரட்டும்."

அம்மா பதில் பேசவில்லை.

சமையலை முடித்து விட்டாள் பாரதி.

"அம்மா நீ எழுந்து முகத்தைக் கழுவிக்கறியா? சூடா கொஞ்சம் ரசம் சாதம் சாப்பிடு!"

அம்மா சம்மதித்தாள்.

"அந்தப் பிள்ளை கிரி தனியா இங்கே இருக்காமே?"

"ம்...."

"நல்ல பிள்ளைடீ பாரதி. உதவி செய்யற மனசு அமையறது ரொம்பக் கஷ்டம்."

"சரி சாப்பிடு! நானும் சாப்டுட்டு மார்க்கெட் போயிட்டு வந்திறேன். காய்கறி வாங்கணும்!"

அம்மாவைப் படுக்க வைத்துப் போர்த்தியபின், வீட்டை வெளியே பூட்டிக் கொண்டு புறப்பட்டாள். மார்கெட்டில் பலாக்காய் கண்ணில் பட்டது.

'சுடச்சுட மோர்க்குழம்பும், பலாக்காய் பொரியலுமாக சாப்பிட்டால் என்ன சுகம் தெரியுமா?'

வாங்கிக் கொண்டாள். வீட்டுக்கு வந்தாள்.

இரவு சமையலை ஆரம்பித்து விட்டாள். மாலை ஆறரைக்கு கிரி மறுபடியும் வந்தான்.

"இந்தாங்கம்மா ஹார்லிக்ஸ்!"

"எதுக்கு தம்பி இதெல்லாம்?"

"சாப்பிட..."

"பெத்த பிள்ளைக்குக்கூட இத்தனை அக்கறை இருக்காது. பெருமையா இருக்கு தம்பி!"

"கிரி ராத்திரி சாப்பாடு என்ன?"

"வழக்கம்போல உடுப்பில சாப்பாத்தியும், மசாலாபாலும் தான்."

"இன்னிக்கு ஒரு மாற்றத்துக்கு மோர்க்குழம்பும், பலாக்காய் பொரியலும் சாப்பிடலாமா?"

"உடுப்பில அதெல்லாம் கிடைக்காதுங்க!"

"இன்னிக்கு எங்க வீட்டை உடுப்பியா நினைச்சுக்கலாமா?"

"நீங்க..."

"எங்க வீட்ல சாப்படுங்கன்னு சொல்ல வர்றேன். இஷ்டம்தானே?"

"கொஞ்சம் இருங்க. ஹோம்லி மீல்சுக்கு, ரொம்ப ஹோம்லியா இருக்க வேண்டாமா? குளிச்சிட்டு வந்தரட்டுமா?"

போய் விட்டான்.

"நானே நினைச்சேன் பாரதி அந்தப் பிள்ளையை நம்ம வீட்ல சாப்பிடச் சொல்லணும்னு!"

அரைமணி நேரம் கழிந்ததும்....

"என்னாங்க! நான் வந்துட்டேன்!"

"கதவு திறந்துதான் இருக்கு. உள்ள வாங்க!"

உள்ளே நுழைந்த அவனை ஆச்சரியத்துடன் பார்த்தாள் பாரதி.

எட்டு முழ மல்வேட்டி. கை வைத்த பனியன். நெற்றியில் விபூதிப்பட்டை.

பாரதி குபீரெனச் சிரித்து விட்டாள்.

''ஏன் சிரிக்கறீங்க?''

''கோயிலுக்குப் போற மாதிரி இருக்கு உங்களைப் பார்த்தா!''

''குடும்பம்கூட கோயில்தாங்க. அதுக்குள்ள நுழையும் போது பக்தி இருந்தா பாதகமில்லை பாரதி. பசிக்குது எனக்கு. சீக்கிரம் சாப்பாடு போடுங்க!''

''ஒரு டேபிள் கூட இல்லையே தம்பி!''

''வேண்டாம்மா. . மறுபடியும் ஓட்டலை ஞாபகப்படுத்தாதீங்க'' தரையில் சம்மணமிட்டு அமர்ந்தான். பாரதி இலையைப் போட்டாள். நீர் தெளித்துத் துடைத்தாள்.

''முதல்ல சர்க்கரை போடும்மா பாரதி. தம்பி முதன்முதலா நம்ம வீட்ல சாப்பிடுது!''

''சரிம்மா!''

சர்க்கரையைப் பரிமாற குனிந்தாள்.

அவள் கூந்தலில் இருந்த மல்லிகைப்பூ ஒன்று அவனது இலையில விழுந்தது.

❋❋❋

# 9

ரவி கண் விழித்தான்.

காலை ஏழு மணிக்கு மேலாகியிருந்தது. வாரிச்சுருட்டிக் கொண்டு எழுந்தான்.

"கல்பனா மணி ஏழு!"

"ம்.... அதுக்கென்ன?" புரண்டு படுத்தாள் கல்பனா.

"விளையாடறியா கல்பனா இனி நீ எப்ப எழுந்து, எப்ப சமையல் தொடங்கி... எனக்கு ஆபீஸ் போக வேண்டாமா?"

கல்பனா இழுத்துப் போர்த்திக் கொண்டு நன்றாக உறங்கத் தொடங்கினாள்.

ரவி எரிச்சலின் உச்சிக்கே போய் விட்டான்.

அம்மாவும், பாரதியும் வீட்டைவிட்டு வெளியே போன இந்த நாட்களில் இதுதான் தொடர்கிறது.

கல்பனா கண்களைக் கசக்கிக் கொண்டு எழுந்து வரவே ஏழரை மணியாகிவிடும் அதன்பிறகு குக்கர் வைத்து, ஒரு புளித்தண்ணீரை அவள் கொதிக்க வைப்பதற்குள் எட்டரை....

சோறு வெந்துகூட இருக்காது.

ஓரிரு நாட்கள் அதையே அவசரமாக அள்ளிப் போட்டுக் கொண்டு போனான் ரவி அடுத்து வந்த நாட்களில் அதுவும் கிடைக்காமல், ஓட்டலுக்குச் செல்லவும் நேரமில்லாமல் மாலைவரை கொலைப் பட்டினி.

குழந்தைக்கும் இதே கதிதான்.

பாரதி இருந்தால் இப்படியா நடக்கும்?

நாலரைக்கு எழுந்து பாய்லர் பற்ற வைத்து அவளும் குளித்து விடுவாள்

ஏழடிக்கும்போது ஆவி பறக்க கூட்டு, பொரியலோடு முழுச் சாப்பாடு.

கையில் எடுத்துச் செல்ல வகை வகையான டிபன்.

ஐந்தரைக்கு குழந்தையை எழுப்பி, பாடம் படிக்கச் சொல்லிவிடுவாள்.

குளியல் முடித்து வரும்போது டைனிங் டேபிள்மேல் சாப்பாடு தயாராக இருக்கும்.

ரவி அருகே நெருங்கி அவள் போர்வையைச் சடாரென இழுத்தான்.

கல்பனா அப்போதுதான் கண்களைத் திறந்தாள்.

"என்னங்க?"

"என்னை செருப்பால் அடிக்கணும்!"

"இதைச் சொல்லவா என்னை எழுப்பினீங்க?"

"நீ பொம்பளைதானா?"

எழுந்து உட்கார்ந்தாள் கல்பனா.

"என்ன இன்னிக்கு? அய்யா சண்டை 'மூட்'ல இருக்காப்லயா? எனக்கந்த 'மூட்' இல்லை!"

"உனக்குத் திங்கற மூடும், தூங்கற ஆசையும் தவிர வேறென்ன இருக்கு?"

"நிறுத்துங்க! விட்டா பேசிட்டே போவீங்களே..."

"யார்றி பேசறது? ஒரு நாளைப்போல ஏழு மணிக்கு நீ எழுந்தா என்னடீ அர்த்தம்? நல்லசாப்பாடும், பாரதியோட இந்த வீட்டைவிட்டு வெளியே போயாச்சு. நான் எத்தனை நாள் பட்டினி கிடக்கிறது. நீயெல்லாம் ஏண்டி ஒருத்தனைக் கல்யாணம் செஞ்சுகிட்டு அவன் கழுத்தை அறுக்கணும்?"

"என்ன... ஓவரா போகுது பேச்சு? நான் உடம்பு முடியாதவ. என்னால சீக்கிரம் எழுந்திருக்க முடியாதுனு தெரியாது?"

"நொண்டிக்கு சறுக்கினது சாக்கு. எப்பபோ நடந்த ஆபரேஷனை ஆயுசு முழுக்க சாக்குபோக்கா வச்சிட்டு ஏமாத்தறியா?"

"டாடி, அத்தை போன பின்னால அம்மா வீட்ல இட்லியே சுடலை."

"உங்கத்தை ஆபீஸ் விட்டு வந்தா கிரைண்டர் போட்ருவா. பொறுப்பா எல்லாம் செய்வா. இனி சக்கரைன்னு காகிதத்துல எழுதி நக்கிக்க வேண்டியதுதான்!"

"ஸ்டாப் இட்! நீ போடீ உள்ள... பாருங்க... என்னால அவளோதான் முடியும். வத்தக் குழம்பும், சுட்ட அப்பளமும் சாப்பிட்டா செத்துப் போயிர மாட்டீங்க. தினசரி கூட்டுப் பொரியலோட அரைச்சு விட்டு என்னால சமைக்க முடியாது."

"கல்பனா... ஒரு புருஷன்கிட்ட பொண்டாட்டி பேசற பேச்சில்லை இது!"

"எத்தனையோ புருஷர்கள் மனைவிக்கு இணையா சமத்துக்குச் சமம் வீட்ல வேலை செய்யறாங்க தெரியுமா? முன்காலம் மாதிரி கால் மேல் கால் போட்டுட்டு 'காப்பி கொண்டு வா'ன்னு கேக்கற ஆண்கள் இப்ப குறைவு. ஆண் ஆதிக்கம் சமூகத்துல குறையத் தொடங்கியாச்சு. தாம்பத்யம்னா என்ன? பரஸ்பரம் பகிர்ந்துக்கறதுதான். எதை? உடம்பை மட்டும் இல்லை எல்லாத்தையும் தான்!"

"அப்படித்தானே? சரி, ஒப்புக்கறேன். நானும் நாளை முதல் சமைக்கறேன். உன் புடவை தோய்க்கிறேன். எல்லாம் செய்யறேன். நீ வேலை பார்த்து பணம் கொண்டு வர்றியா?"

"நான் ஏன் உத்தியோகம் பார்க்கணும்? இப்ப நான் சொன்னா எஃப்டில எங்கப்பாவால என் பேர்ல ஒரு லட்ச ரூபாய் போட முடியும். அதுல வர்ற வட்டி என் சம்பளம்னு நினைச்சுக்கலாம்."

"பணத்திமிரா? அம்மாவையும், பாரதியையும் வீட்டை விட்டு நீ விரட்டினதா ஊரே பேசுது."

"பேசட்டுமே! ஊர் ஆயிரம் பேசும். நான் ஏன் கவலைப்படணும்? பேசற ஊர் ரெண்டு பேரையும் கொண்டு போய் வச்சுக்கட்டுமே. செய்யுமா?"

"கல்பனா!"

"ஏன் கூச்சல் போடறீங்க? நான் பேசினா உங்களுக்குக் கசக்கத்தான் செய்யும். உங்கம்மாவுக்கு வயசாச்சு. எத்தனை காலம் அவங்க ஆயுள்னு தெரியாது. பாரதி இன்னொருத்தன் சொத்து. உங்களுக்குன்னு யாரு சொல்லுங்க? நான்தான் இந்த வாழ்க்கைதான் உங்களுக்கு நிரந்தரம்."

"அதுக்காக?"

"ஒரு மனிதனால அதுவும் ஆண் பிள்ளையால எல்லாரையும் திருப்திப்படுத்த முடியாது. மனைவி சந்தோஷப்பட்டா மத்தவங்க கோவப்படுவாங்க அண்ட் வைஸ்வெர்ஸா. எது தொலை நோக்குன்னு பாருங்க. யார் நிரந்தரம்னு பார்த்து ஒரு முடிவெடுங்க."

கல்பனா போய்விட்டாள்.

பல் தேய்த்து விட்டு அவள் வர ஏழரை ஆகிவிட்டது.

"என்னங்க சமைக்க நேரமில்லை ஒரு பிரெட் வாங்கிட்டு வாங்க. ரோஸ்ட் பண்ணித் தர்றேன். மத்தியானம் வெளியில

பார்த்துக்குங்க. சாயங்காலம் எங்கம்மா வீட்டுக்கு வந்துருங்க. ராத்திரி சாப்பாட்டை அங்கே முடிச்சிக்கலாம்''

ரவிமேலே பேசத் தெரியாமல் பேசத் தோன்றாமல் உறைந்து நின்றான்.

பிரெட் வாங்கி வந்தான்.

அவசரமாக ஷேவிங் முடித்தான்.

''பாய்லர் பத்த வைக்கலை?''

''இல்லை.''

பச்சைத்தண்ணீரில் குளித்தான். பீரோ திறந்து சட்டையை எடுத்தபோது பட்டன் விலகியிருந்தது.

''கல்பனா!''

''என்ன?''

''சட்டைக்குப் பட்டன் இல்லை.''

''வேறு சட்டை பாருங்க. இல்லைனா பட்டன் எடுத்து தச்சுக்குங்க. சொந்தக் கால்ல நிக்க வழி பாருங்க. எல்லாத்துக்கும் ஒருத்தரை எதிர்பார்க்காதீங்க.''

சவுக்கடி பட்டதுபோல நிமிர்ந்தான்.

'அண்ணா, என்னோட ஒரு காலும், அண்ணியோட இன்னொரு காலுமா நீ நடக்க வேண்டாம். ரெண்டும் ரெண்டு திரையில போனா பயணம் தொடர முடியாது.'

'பொத்'தென சரிந்தது அந்தப் பொய்க்கால் குதிரை.

***

**மொ**ட்டை மாடியில் படுத்திருந்தான் கிரிதர் நேரம் இரவு எட்டரை. சன்னமான நிலவொளி பூமியை நனைத்துக் கொண்டிருந்த நேரம்...

'மகாலக்ஷ்மி ஜகன்மாதா...'

பாடல் மெல்லிய குரலில் தவழ்ந்தது. பின்னணி இசை எதுவும் இல்லாமல் சன்னமாக வீணைக் குரல் மட்டும்.

எழுந்து வந்து எட்டிப் பார்த்தார் கிரிதர்.

கீழே...

வீட்டின் பின்கட்டை கழுவிக் கொண்டிருந்த பாரதியிடமிருந்துதான் அது புறப்பட்டு வந்தது.

கிரி கீழே இறங்கி வந்தான். கிணற்றடியை அவன் நெருங்க, தண்ணீர் இழுக்க பாரதி வந்தாள்.

''பாடினது நீங்களா பாரதி?''

''ம்... ஏன்?''

''இத்தனை நல்ல வீணை என் வீட்டு முற்றத்துல குடித்தனம் இருக்கறது ஏன்... எனக்குத் தெரியலை?''

''கவிதையா?''

''இல்லை மனசு!''

பாரதி பதில் பேசாமல், பக்கெட்டை கயிற்றுடன் இணைத்து உள்ளே நழுவ விட்டாள்.

''சங்கீதம் படிச்சிருக்கீங்களா பாரதி!''

''கேள்வி ஞானம்தான்.''

''நீங்க இப்ப தண்ணி சேந்தும்போது கண்ணதாசனை நினைக்கத்தோணுது எனக்கு.''

''ஏன்?''

'''தண்ணிலவு தேனிறைக்க... தாழை மரம் நீர்தெளிக்க' அவர் பாட்டு ஒண்ணு உண்டுங்க. பி. சுசீலா குரல்ல, சாவித்திரி நடிப்புல அது ஒரு கவிதைங்க.''

தன்மெல்லிய குரலால் பாரதி அதைப் பாடினாள்.

கண்களை மூடி அதை ரசிக்கத் தொடங்கினான் கிரி. லேசான குளிர்காற்றும், இருளை கிழிக்கும் நிலவும், பாரதியின் இளநீர்க் குரலும் அவனை சொர்க்கத்துக்கே கொண்டுபோனது

''பாரதி...''

''சொல்லுங்க கிரி...''

''உங்களை மனைவியா அடையப் போற மனுஷன் புண்ணியவான். அவனுக்கு என் வாழ்த்துக்கள்!''

சடாரென உள்ளே போய்விட்டான்.

பாரதி தண்ணீரோடு பாக்கெட்டை நழுவ விட்டாள். அது பலத்த ஓசையோடு கிணற்றுக்குள் குதித்தது.

'எந்திரமாக வாழ்ந்த, வாழுகின்ற என்னிடம் மெல்லிய அதிர்வுகளை ஏன் இந்த கிரி உண்டாக்குகின்றான்?'

'வசந்தமான ஒரு பக்கமும் வாழ்வில் உண்டு என்பதைச் சொல்ல வந்தவனா இவன்?'

'நின்னையே ரதி என்று நினைக்கிறேனடி கண்ணம்மா' என்ற பாரதியாரின் பாடல் காரணமில்லாமல் நினைவுக்கு வந்தது.

அன்று இரவு தூக்கத்தைத் தொலைத்தாள்.

மறுநாள் விடியலே உற்சாகமாக இருந்தது. காரணம் தெரியவில்லை. கண்ணாடியில் தான் சற்று இளமையாகிவிட்டதுபோலத் தோன்றியது. கண்ணாடி என்பது உருவத்தை மட்டுமல்ல. மனத்தையும் பிரதிபலிக்கும் சாதனமோ என்று தோன்றியது.

அலுவலகம் வந்துவிட்டாள்.

பதினொரு மணிக்கு போன் வந்தது.

''உங்களைப் பார்க்க ரிசப்ஷன்ல ஒருத்தர் காத்துட்டு இருக்கார் பாரதி.''

‘யாரது? கிரியா?’

ஆர்வமுடன் ரிசப்ஷனுக்கு வந்தாள்.

அங்கே....

ரவி!

❋❋❋

# 10

"என்னமா சொல்ற நீ?"

"உன் புருஷனை விட்டு அவங்க ரெண்டு பேரையும் திரும்பவும் கூட்டிட்டு வரச்சொல்லு!"

"ஏம்மா, பைத்தியமா உனக்கு?"

"ஏண்டீ?"

"ரெண்டு பேரும் மனசு வெறுத்து, வீட்டை விட்டு வெளியே போற அளவுக்கு செஞ்சாச்சு. இனிமே வரச்சொன்னா வருவாங்களா? அவங்களுக்கும் மான, ரோசம் இருக்குதுதானே?"

"அடியேய்! நீ போகச் சொன்னியாடீ?"

"இல்லை!"

"உன் புருஷன் போகச் சோன்னாரா?"

"அவங்களாத்தான் முடிவு எடுத்தாங்க!"

"காரணம்... நீ அவசரப்பட்டுட்ட. பேச்சுல நிதானம் வேணும். துரியோதனன்கிட்ட இருந்த பதட்டம், கர்ணன்கிட்டேயிருந்த ஆவேசம் சகுனிகிட்ட இருந்ததில்லைடீ பொண்ணே புரிஞ்சுக்கணும் நீ."

"சரி எதுக்கு திரும்ப வரச் சொல்லணும்?"

"உன் புருஷன் சுத்தமா அவங்களை வெறுக்க, இப்ப உன்மேல ஒரு கோவம் இருக்குதில்லையா? அதை திசை திருப்பி விடு. அதுதான் சாமர்த்தியம். பார்த்துப் பொழச்சுக்கோ!"

அம்மா அடித்த வேப்பிலையின் வேகத்தோடு தன் வீடு வந்து சேர்ந்தாள் கல்பனா. ரவி, மாலை ஆபீஸ் முடிந்து வந்ததும்,

"என்னங்க! டிபன் சாப்பிடலை?"

"வேண்டாம் எனக்கு!"

அவனருகில் வந்தாள். காலடியில் மண்டியிட்டு அமர்ந்தாள். மெல்ல விசும்பினாள்...

சற்றே அதிர்ந்துபோய் அவளைப் பார்த்தான் ரவி.

கல்பனா அழுது அவன் பார்த்ததில்லை. கல்பனாவுக்கு அழத் தெரியாது. மற்றவர்களை அழ வைக்கத்தான் தெரியும்.

"எ... என்னை மன்னிச்சிருங்க!"

"எதுக்கு கல்பனா?"

"அத்தையும், பாரதியும் இல்லாம என்னால வாழ முடியலை. நீங்க நாளைக்கே போய் அவங்களை இங்கே கூட்டிட்டு வந்துருங்க."

"கல்பனா!"

"ஆமாங்க... அவங்க ரெண்டு பேரும் இல்லாம இந்த வீடு நல்லால்லை. நான பாவி!"

"ச்சே... என்ன கல்பனா நீ? நீயோ, நானோ அவங்களை போகச் சொல்லலை."

"ஆனாலும் மறைமுகக் காரணம் நான்தானே!"

"சரி போனது போகட்டும். நான் நாளைக்கே பாரதியை அவ ஆபீஸ்ல போய் சந்திக்கறேன்..."

***

மறுநாள் பாரதியின் அலுவலக ரிசப்ஷனில் இருந்தான் ரவி. பாரதி சற்றே ஆச்சரியப்பட்டுப் போனாள்...

"வாண்ணா!"

"பாரதி! நாளைக்கே பழையபடி நம்ம வீட்டுக்கே நீயும் அம்மாவும் வந்துடுங்க."

"எதுக்கு?"

"என்ன பாரதி நீ? கல்பனா ரொம்ப ஃபீல் பண்றா. நீங்க ரெண்டு பேரும் இல்லாம அவளுக்கு இருக்கப் பிடிக்கலையாம். நடந்ததை மறந்துட்டு, வந்துருங்க ரெண்டு பேரும்."

சுற்றிலும் பார்த்தாள் பாரதி.

"ஒரு நிமிஷம் இருக்கியா? நான் பர்மிஷன் போட்டுட்டு வந்திர்றேன் வெளியே போய்ப் பேசலாம். ?"

ரவி காத்திருந்தான்.

பாரதி வந்துவிட்டாள்.

நடக்கும் தூரத்தில் ஒரு ரெஸ்ட்டாரென்ட் இருந்தது. அதனுள் நுழைந்தார்கள். காப்பிக்குச் சொல்லிவிட்டு, அவன் முகத்தைப் பார்த்தாள் பாரதி.

"எதுக்கு பாரதி என்னை இங்கே கூட்டிட்டு வந்தே?"

"நாங்க ரெண்டுபேரும் வரமுடியாதுன்னு சொல்ல."

"பாரதி! கல்பனாதான்..."

"... இரண்ணா! எங்க ரெண்டு பேரையும் விரட்டும்படியான ஒரு பிரச்சினையைத் தொடங்கி வச்சது அண்ணிதான். அப்பவும் நீ பேசலை. நாங்க வெளில வந்தப்ப தடுக்கலை. இப்ப எங்களைக் கூட்டிட்டு வரச் சொல்றதும் அண்ணிதான். நீ வந்துட்டே இல்லையா?"

"பாரதி!"

“ப்ளீஸ் அண்ணா! பேச விடு என்னை. ஆபீசுக்கு வந்தே என்னை பார்த்தே ‘நீ எப்படீம்மா இருக்கே? அம்மா சௌக்கியமா? இப்ப ரெண்டுபேரும் எங்கே இருக்கீங்க?’ இப்படி ஏதாவது ஒரு கேள்வி நீ கேட்டியா?”

“பாரதி, நான்...”

“இப்பவும், ‘கல்பனா வரச் சொன்னா அவ ஃபீல்பண்றா’ இப்படித்தான் பேசறியே ஒழிய, நீ ஃபீல் பண்றதாவோ, நாங்க வரணும்னு நீ விரும்பறதாவோ ஒரு வார்த்தை ஒரே ஒரு வார்த்தை உன் வாய்லேருந்து வந்துதா அண்ணா?”

ரவிக்கு நாக்கு எழும்பவில்லை.

“இன்னிக்கு என்ன டிபன்?”

“தெ... தெரியலை!”

“நீ இட்லி, தோசை சாப்பிட்டு ஒரு வாரம் ஆச்சா?”

“பாரதி...”

“அரைச்சுவிட்டு சாம்பார் இருக்காதே! வத்தக் குழம்பா, மிளகு ரசமா?”

“ஓ... ஸ்டாப் இட் பாரதி!”

“எதுக்கண்ணா கோவம்? உன் குடும்ப சந்தோஷமோ, நாக்கு ருசியோ விமரிசனத்துக்கு இலக்காக இது இல்லை இடம். பகல் முழுக்க பிறந்த வீடு. ராத்திரில ஹாஸ்பிடலுக்குத் திரும்பற பெண் மாதிரி வாழ்ந்த அண்ணிக்கு எந்த வேலையும் செய்ய முடியலை இது நம்பர் ஒன். ஆஹா! கல்பனாவே வரச்சொல்லிட்டான்னு நீ சிலிர்க்கணும் இது நம்பர் டூ. ஒரு வேளை திரும்பி வந்துட்டா, எங்க பேச்சு இனி எடுபடாது. அப்படியே நாங்க பேசினாலும் எங்க மேலதான் உனக்கு இனி வெறுப்பு வரும் நம்பர் த்ரீ. எத்தனை அழகா திட்டம் போட்டு அண்ணி நடந்து... ஸாரி! நடத்தப்படறாங்க!”

“என்ன சொல்ற நீ?”

“எனக்கு யாரையும் குறை சொல்றது நோக்கமில்லை. ஆனாலும் நான் உன் தங்கை. பேசித்தான் ஆகணும் இனி!”

“.....”

“உன்னை அண்ணி ஆட்டி வைக்கறாங்க அண்ணியை அவங்கம்மா ஆட்டி வைக்கறாங்க. அண்ணி இயல்பா நல்லவங்க. சொந்தப் புத்தியோட இருந்தா குழப்பமே இருக்காது. பிறந்த வீட்டு போதனை பேசுது. ஏண்ணா, கோவப்படாதே என் மேல... உன் கால்கள் எங்கே போச்சு? நீ பொய்க்கால் புருஷனாத்தான் வாழணுமா? உன் குடும்ப வாழ்க்கையை உன்னால தீர்மானிக்க முடியாதா? உன் வரவு, செலவு கணக்கைத் தீர்மானிக்க உன் மாமனார் மாமியாருக்கு என்ன உரிமை?”

ரவிக்குத் தலையைச் சுற்றியது.

“பாரதி, நீ நினைக்கற மாதிரி அவங்க மோசமில்லை!”

பாரதி அவனை உறுத்துப் பார்த்தாள் ஒரு நிமிடம்....

“சரி, போகலாமா?”

“நீ எதுவும் சொல்லலையே பாரதி?”

“எதுவும்னா?”

“நீங்க ரெண்டு பேரும் நம்ம வீட்டுக்கு வர்றதைப் பற்றி?”

“நம்ம வீடுன்னா?”

“நம்ம வீடுதான் பாரதி!”

“அதாவது உன் மாமனார் வீடு. உன் மாமனார் மாமியார் சொல்றபடி உன் மனைவி நடத்தற குடும்பத்துக்குப் பேரு உன் குடும்பம் இல்லை அண்ணா, நீ தங்கற இடம் அது! தட்ஸ் ஆல்.”

பாரதி, “திஸ் ஈஸ் டூ மச்!”

“எது.... எது அதிகம்? வீட்டை விட்டுப் போன தாயும், தங்கையும் எங்கே இருக்காங்கன்னுகூட தெரிஞ்சுக்க விரும்பாத நீ பேசறியா அண்ணா? வேண்டாம்! இது பொது இடம். நம்ம உணர்ச்சிகளுக்கு உகந்த இடமில்லை இது. போயிரலாமே, ப்ளீஸ்!”

“நீயும், அம்மாவும் அங்கிருந்து போன பின்னால நம்ம அக்கம்பக்கமெல்லாம் ஒரு மாதிரி பேசுது பாரதி!”

“என்ன பதில் சொல்லணும் அதுக்குன்னு அண்ணியோட அம்மா சொல்லலியா?”

“பாரதி, ஏன் அவங்களை இழுக்கற?”

“நான் ஏன் இழுக்கறேன்? நீ இழுபடாம இருந்தா அதுவே போதும். நீ சொந்த வீட கட்டிக்கிட்டா அவங்களுக்கு என்ன லாபம்? சொல்லு!”

“காரணம், கல்பனா அவங்க பொண்ணு”

“தட்ஸ் ரைட்! தன் மகள் வாழணும்னா, யாரை வேணும்னாலும் பலி கொடுக்கலாம் இல்லையா? தன் மகளுக்குப் பண உதவி அல்லது உபதேசம் கொடுத்து, மாப்பிள்ளையை நிரந்தரமா அடிமை ஆக்கற அந்தப் பெரிய வங்க, அதே உதவியை தன் மகனுக்குச் செஞ்சு ஒரு வீட்டைக் கட்டிக் கொடுக்கலாம் இல்லையா... ஏன் செய்யலை?”

“.....”

“காரணம், நாளைக்கு அந்த சுகத்தை அனுபவிக்கப் போறது மருமகள் இல்லையா? அதுல இவங்களுக்கு உடன்பாடு இல்லை. இவங்க ஏன் அண்ணா அங்கேயே இருக்காங்க? வீட்டை விட்டு வெளில போக வேண்டியதுதானே?”

“அது அவங்க வீடு பாரதி!”

“தன் பிள்ளை இருக்கற வீடு தன் வீடுன்னா உன் மாமியார் நினைக்கும்போது, அதே நினைப்பு நம்ம அம்மாவுக்கு மட்டும் வரக்கூடாதா அண்ணா?”

"பாரதி..."

"எல்லா தாய்க்கும் ஒரே நீதிதானே இந்த பூமில? இல்லையா?"

"...."

"சொல்லண்ணா... ஏன் பேசலை நீ? தன் மகள் புருஷன் வீட்டுக்குப் போன மறுநாளே தனிக்குடித்தனம் போகணும்னு ஆசைப்படற தாய், தன் மகனை தனியே விட்டுட்டு உடனே விலக வேண்டாமா?"

"பாரதி!"

"எதுக்கு அனாவசியப் பேச்சு. நான் புறப்படறேன். இதோ என் விலாசம். விரும்பமிருந்தா, அம்மாவை வந்து பாரு. ஆனா மறுபடியும் சொல்றேன். உன் கூடப்பிறந்த தோஷத்துக்காகச் சொல்றேன். உன் சொந்தக் கால்களை தேடிப்பிடிச்சு அதுல நிக்கப் பாரு. நான் வரட்டுமா?"

அவள் போய் வெகுநேரமாகியும் அசையாமல் அங்கேயே நின்றான் ரவி சுதாரித்துக் கொண்டு புறப்பட்டான்.

மனது பெருமளவு குழம்பிப் போயிருந்தது.

ஆணி அடித்தாற்போல பாரதியின் சொற்கள் ஒவ்வொன்றும் புண்ணாக்கியிருந்தது மனதை.

***

'**நி**ஜம்தானா? கல்பனாவின் மூலம் என்னை ஆட்டி வைக்கிறார்களா அவர்கள்?'

'அப்படியானால், அதை அனுமதிக்கலாமா? மற்றவர்கள் கேவலமாக என்னைப் பேசும் நிலையை நாம் ஏன் கொண்டு வரவேண்டும்?'

ஒரு மாதிரி எரிச்சலோடு வீட்டுக்குள் நுழைந்தான்.

"அதோ அவங்களே என்றுமில்லாத அதிசயமாக வந்திருந்தார்கள்."

"வாங்க!" ஒற்றை வார்த்தையைத் துப்பிவிட்டு ரவி உள்ளே போனான். கல்பனா தொடர்ந்து வந்தாள்.

"என்னங்க... அண்ணன் எதுக்கு வந்திருக்கு தெரியுமா?"

"எனக்கு ஜோசியமல்லாம் தெரியாது." சுள்ளென்று விழுந்தான்.

"ஏன் கோவம்? பாரதி வரமாட்டேன்னு சொல்லிட்டாளா?"

"அது கிடக்கட்டும். உங்கண்ணன் எதுக்கு வந்திருக்கார்?"

"அப்பா ஒரு கார் வாங்கப் போறாராம். அதுக்கு நீங்களும் கூட வரணுமாம். அண்ணனை விட்டு உங்களைக் கூட்டிட்டு வரச் சொன்னாங்க!"

"காரா? நானா? நான் எதுக்குக் கார் வாங்க? எனக்கென்ன தெரியும் காரைப் பற்றி?"

"என்னைக் கேட்டா? வந்துருக்கு அண்ணன். ஒரு மரியாதைக்குப் போயிட்டு வாங்களேன்!"

"சரி நீயும் வா."

அடுத்த இருபது நிமிடங்களில் புறப்பட்டு விட்டார்கள். குறிப்பிட்ட இடத்துக்கே நேராகப் போய்விட, அங்கு கல்பனாவின் அம்மாவும், அப்பாவும் இருந்தார்கள்.

"வாங்க மாப்ளை! இந்தக் கார் நல்லாருக்கா? உங்க அபிப்ராயம் சரியா இருந்தாத்தான் வாங்குவம்!"

"வாங்கறது நீங்க. இதுல நான் எதுக்கு மாமா?"

"என்ன அப்படி கேட்டுட்டீங்க. நீங்க மாப்பிள்ளை இல்லை. என் முதல் பிள்ளை. உங்களைக் கலக்காம நான் செய்யலாமா? சொல்லுங்க!"

ரவி அப்படியே நெகிழ்ந்து போனான்.

'இத்தனை அன்பான இவர்களையா பாரதி அப்படி விமரிசனம் செய்தாள்? இவர்கள் மோசமா? இல்லை. அம்மாவும் பாரதியும் தான் மோசமா?'

வீடு திரும்பி வெகுநேரமாகியும்கூட ரவியின் குழப்பம் விலகவில்லை.

அதே நேரம்...

அவனது மாமியாரிடம், மாமனார் சன்னமான குரலில்....

"மாப்ளைக்கு மூட் சரியில்லையோ? கார் பார்க்கக் கூப்பிட்டப்ப ஏனோதானோன்னு பதில் சொன்னார். இதுக்கு அவர் அவசியமேயில்லை மீனாட்சி. எல்லாம நீ இழுத்து விடற பிரச்சினைகள்..."

"அட இல்லீங்க! நம்ம மாப்பிள்ளைக்கு எல்லாமே தெரியும்னா கூப்பிடறம் சும்மா சோப்புத்தான்! பேருக்குக் கேட்டுக்கறது. அதன்படி நடக்கணும்னு அவசியமா என்ன? இந்தப் பக்கம் மாப்பிள்ளையை இழுக்க இழுக்க அந்தப் பக்கம் புட்டுக்கும். இது தெரிய மாட்டேங்குதே உங்களுக்கு!"

"அடியேய்! மாமியார்கள் சங்கம் ஒண்ணை உருவாக்கி அகில உலக தலைவியாக்கலாம் உன்னை!"

❋❋❋

# 11

கதவு தட்டப்பட்டது.

புடவை மாற்றிக் கொண்டிருந்தாள்.

"அம்மா யாருன்னு போய்ப் பாரு!"

அம்மா கதவைத் திறக்க, கிரிதர் உள்ளே நுழைந்தான்.

"இந்தாங்கம்மா சாத்துக்குடி. கொஞ்சம் க்ளுக்கோஸ் போட்டு தினமும் மத்தியான வேளைல குடியுங்க... உடம்பு தேறும்."

"எதுக்கு தம்பி இதெல்லாம்?"

"பரவால்லைமா. எங்கம்மா நாளைக்கு வர்றாங்க. அதைச் சொல்லத்தான் வந்தேன். ஆபீஸ் புறப்பட்டாச்சா பாரதி?"

"ம்! இனிமே ஓட்டல் சாப்பாடு ஒழிஞ்சுது. வாய்க்கு வகையா கிடைக்கும்"

"ஆமாம்... வர்றீங்களா? ஸ்கூட்டர்ல ட்ராப் பண்ணிர்றேன் உங்களை?"

பாரதிசற்று தயங்கினாள்.

"போயேன்மா தம்பி கூப்பிடுது இல்லை?"

தலையசைத்துவிட்டு, தன் கைப்பையை சேகரித்துக் கொண்டு வெளிப்பட்டாள் பாரதி. அவன் ஸ்கூட்டரை இயக்க, அருகில்

கொண்டு வந்து நிறுத்த, ஒட்டாமல் நாசூக்காக பில்லியனில் தன்னை இருத்திக் கொண்டாள்.

"போலாமா?"

"ம்!"

ஜோடியாக அவர்கள் ஸ்கூட்டரில் போவதை அம்மா ஒரு விதலயிப்போடு பார்த்துக் கொண்டு நின்றாள்.

அவனின் அலுவலக வாசலில் இறக்கி விட்டான்.

"பாரதி..."

"சொல்லுங்க கிரி."

"பர்மிஷன் போட்டுட்டு முன்னதா வர முடியுமா? உங்க கூடக் கொஞ்சம் பேசணும்."

"சரி"

"மூணு மணிக்கு வந்து உங்களை பிக்கப் பண்ணிக்கறேன்."

பாரதிக்கு வேலை ஓடவில்லை.

என்ன பேசப் போகிறான்"

புது வீட்டுக்குக் குடிவந்து ஒரு மாதத்துக்கு மேலாகிவிட்டது. பெரிய அளவில் உதவி செய்து, கண்ணியமாகப் பழகும் ஒரே ஆத்மா இந்த கிரிதான்.

நாமாகச்சொல்லாதவரை தானாக எதையும் கேட்கமாட்டான். யாரையும் குறைசொல்ல மாட்டான். கோபமாகப் பேச மாட்டான்.

உன்னதமான ஒரு ஆண்மகன் என்ற நினைப்பு உருவானதுமே அவனைப் பற்றிய மதிப்பு பல படிகள் உயரத் தான் செய்தது. மூன்று மணிக்காக ஒருவித எதிர்பார்ப்புடன் காத்துக் கொண்டிருந்தாள் பாரதி.

"ஹலோ பாரதி!"

சிவகுமார் எதிரே வந்து உட்கார்ந்தார்.

"சொல்லுங்க சார்."

"ஒண்ணுமில்லைமா. கொஞ்சம் நேரம் கிடைச்சது. உன்கூடப் பேசலாமேனு வந்தேன். உங்கண்ணன் ரெண்டு வாரம் முன்னால வந்திருந்தார் போலிருக்கு."

"ம்... மறுபடியும் எங்களை வரச் சொல்ல!"

"காரணம்?"

"அண்ணியோட ஆடம்பரச் செலவுக்கு ஒரு சம்பளம் போதலை. மனைவியோட பேச்சைக் கேட்டு, சுயமூளையை அடகு வச்ச இதுங்களையெல்லாம் ஆண் பிள்ளைனு சொல்லவே வெக்கமா இருக்கு சார். விடுங்க... அந்தப் பேச்சை!"

"பாரதி..."

"சொல்லுங்க சார்..."

"இப்பல்லாம் நம்ம நாட்ல சொந்தக் கால்ல நிக்கற ஆண்பிள்ளைகளை விரல் விட்டு எண்ணிடலாம்னு தோணுது."

"ஏன் சார், எல்லாருமா மனைவி பேச்சை மந்தரமா நினைச்சு, மாமியார் வீட்டோட சரணாகதியா இருக்காங்க?"

"அது ஒரு பகுதிம்மா. இன்னொரு பகுதியும் இருக்கம்மா இதுவும் அபாயம் தான்."

"புரியலை சார்"

"தாய்-தகப்பன் கிழிச்ச கோட்டைத் தாண்டாத பிள்ளைகளும் உண்டு இங்கே."

"உனக்குப் புரியாது பாரதி. தலைக்கு உசந்த மகனை, விரல் சூப்புற பையனா நடத்தற அப்பாஅம்மா உண்டு இங்கே. அதுவும் அசிங்கம்தான்."

"எனக்குப் புரியலை."

"காரணம் நீ அனுபவப்படலை இன்னும். போகட்டும் ஒரு பர்சனல் கேள்வி கேட்கலாமா?"

"என்ன சார்?"

"உன்னை ஸ்கூட்டர்ல கொண்டு வந்து விட்டாரே ஒருத்தர் அவர் யாரோ?"

"சார்..."

"ஐ யாம் ஸாரிம்மா. உன்னோட வழக்கமான இறுக்கம் தளர்ந்து, இப்பல்லாம நிரந்தரமா ஒரு சிரிப்பு வந்து முகத்துல உட்கார்நதிருக்கே... காரணம் அவரா?"

"அ... அப்படி எதுவும் இ... இல்லை சார்!" சொல்லி முடிக்கத் திணறி, முகமும் காது மடலும் குபீரெனச் சிவக்க, முகத்தை வேறுபுறம் திருப்பிக் கொண்டாள்.

"அவர் பேர் என்னம்மா?"

"கிரிதர். இன்கம்டாக்ஸ்ல வேலை செய்யறார். எங்க வீட்டு மாடி போர்ஷன்ல இருக்கார் சார்."

"நீ அவரை விரும்பறது தெரியுது. உன்னை அவர் விரும்பறாரா?"

"அய்யோ... நல்லா பழகறார் சார். அதை... அதை எப்படி நான்?"

"ஸ்கூட்டர்ல கொண்டு வந்து விடற அளவுக்கு ஒரு ஆணுக்கு லயிப்பு இருந்தா அதுக்குப் பேரு என்னம்மா? ஒரு வேளை நீ பேசணும்னு அவர் காத்துட்டு இருக்காரோ என்னவோ?"

"சார்...."

"நான் மிஸ்டர் கிரியை சந்திச்சு பேசட்டுமா பாரதி?"

"நீங்க?"

"என்னை உன் அண்ணனா நினைச்சுக்கோம்மா. ரவியோட இடத்துல நான் இருந்து உனக்கு வேண்டியதைச் செய்யறேன். காலம் கடந்தாலும், உன் கழுத்துக்கு ஒரு தாலி வந்தா அதுக்காக முதல்ல சந்தோஷப்படறவன் நான்தாம்மா!"

நெகிழந்து போய் சிவகுமாரைப் பார்த்தாள்.

கண்களில் நீர் சுரக்க, சட்டென அவர் கைகளைப் பிடித்துக் கொண்டாள். உடனே விடுவித்தாள்.

'நான் கொடுத்து வச்சிருக்கணும்!' கிசுகிசுப்பான குரலில் சொன்னாள்.

"இன்னிக்கு கிரியே தனியா ஏதோ பேசணும்னு சொன்னார். நாளைக்கு உங்களுக்கு நான் விவரம் சொல்றேன் சார்."

"சரிம்மா."

சிவகுமார் எழுந்து போய் விட்டார்.

***

மூன்று மணிக்கு கிரி வந்துவிட்டான்.

அவளை அழைத்துக் கொண்டு ஒரு ரெஸ்டாரண்ட் போனான். இடம்பிடித்து, ஆர்டர் கொடுத்து, குளிர்நீரைப் பருகிய பின்

அவளையே பார்த்தான்.

"பாரதி! நாளைக்கு அம்மா வர்றாங்க."

"சொன்னீங்களே கிரி."

"அதுதான் இப்ப என் பிரச்சினை."

"அதுல என்ன பிரச்சினை கிரி?"

"எனக்கு என்ன வயசு தெரியுமா பாரதி?"

"தெரியலை."

"முப்பத்தி அஞ்சு."

"என்னைவிட அஞ்சு வயது குறைவான தம்பிக்குக் கல்யாணம் முடிஞ்சு, ஒரு குழந்தையும் இருக்கு."

"காரணம்?"

"எனக்குக் கல்யாணத்துல விருப்பமில்லை. தனி மனுஷனா வாழ்ந்துறலாம்னு முடிவு செஞ்சிட்டேன்."

"ம்"

"அதுல எங்கம்மாவுக்கு பெரிய மனக்குறை மறுபடியும் என்னைத் தொந்தரவு செய்யத்தான் வர்றாங்க."

"இப்ப நான் பேசலாமா கிரி?"

"சொல்லுங்க"

"கல்யாணம் வேண்டாம்னு நீங்க சொல்லக் காரணம்?"

"நத்திங் பர்டிகுலர்."

"இல்லை. நான் இதை நம்பலை. பெண்கள் மேல ஏதோ ஒருவித வெறுப்பு உங்களுக்கு இருக்கு. காதல் தோல்வியா? இல்லை, ஏதாவது கசப்பா?"

"ரிடிகுலஸ்! ரெண்டுமில்லை. பெண்களைப்பற்றி ரொம்ப எனக்குத் தெரியாது அம்மாவை, தங்கச்சியைத் தவிர!"

"தங்கச்சி?"

"ஆமாம். உண்டு. கல்யாணம் முடிஞ்சு மதுரைல இருக்கா என் சிஸ்டர்."

"வாவ்! தாய், சகோதரினு அம்சமான உறவுகளுக்கு மத்தில வளர்ந்து, தாரத்தை மட்டும் நிராகரிச்சா அது சரியா கிரி? வயசான அம்மா ஆசைப்பட்டா அது தப்பா?"

"அதான் தம்பி பெண்டாட்டி இருக்காளே!"

"உங்களுக்குனு ஒரு குடும்பம் வேணும்னு அம்மா ஆசைப்படமாட்டாங்களா?"

"என்ன நீங்க? உங்களை உதவிக்குக் கூப்பிடலாம்னு நான் நினைச்சா, நீங்க தாய்க் குலத்துக்கு ஆதரவா இருக்கீங்களே."

சிரித்தாள் பாரதி.

"என்ன உதவி?"

"நான் அவ்வளவா சரியில்லைனு என்னப்பற்றிக் கொஞ்சம் ஏறுமாறா நீங்க அம்மாகிட்ட சொல்லிட்டா, அம்மா மூணாம் நாளே மூட்டை முடிச்சைக் கட்டிட்டு ஊரைப் பார்க்கக் கிளம்புவாங்கனு நினைச்சேன்."

"அப்ப, வீட்டுச் சாப்பாடு வேண்டாமா?"

"வேணும்னா உங்க வீட்டுக்கு வர்றேன். போடமாட்டீங்களா?"

"நோ, கிரி! நீங்க ஒரு கோழை."

"வாட் டூ யூ மீன்?" எரிச்சலோடு நிமிர்ந்தான்.

"பின்ன? குடும்ப வாழ்க்கைல உள்ள மேடு பள்ளங்களை சந்திக்க உங்களுக்குப் பயம்."

"நான் சிகரெட் பிடிக்கலாமா பாரதி?"

"தாராளமா."

ஒரு சிகரெட் எடுத்துப் பற்ற வைத்துக் கொண்டான். நாலைந்து முறை புகைத்துவிட்டு

"பயமில்லை பாரதி. வேணுமானு யோசனை. தனி மனிதனா இருந்தப்ப என் தம்பி ஒரு இளவரசனாட்டம் இருந்தான். இன்னிக்குப் பாருங்க! நரை விழுந்து, அவனோட ஸ்மார்ட்னெஸ் விலகி, சிரிப்பையே தொலைச்சிட்டு நிக்கறான்."

"நரைக்குக் காரணம் வயசு."

"இல்லை கவலை முதுமையோட விளிம்புக்கு வரக்க காரணம் மனசு. பல ஆண்கள் கல்யாணமான மறுநாளே தன்னைத் தொலைக்க வேண்டி வருது. வாழ்நாள் முழுக்க தன்னையே தேடி, கிடைக்காமலே சாக வேண்டி வருது."

"அதுக்குக் காரணம் யாரு?"

"நீங்கதான். ஐ மீன் பெண்கள்! லிக்கர் சாப்பிட்டுப் பழக்கப்பட்டவனுக்கு அதை விடமுடியாது. அது மாதிரிதான் செக்ஸ். ஐயாம் ஸாரி. ஆணுக்கு அந்த உச்சகட்டம்தான்

உலகத்துல உன்னதம். அதுதான் மனைவிகளோட பலம். நாய்க்கு எலும்புத்துண்டைக் காட்டி காட்டி வெறியேத்தற மாதிரி, புருஷன் உடம்பு மூலம் உன் மத்தம் பிடிக்க வைக்கற மனைவிகள் இங்கே அதிகம். அதனால உறவுகள் மறக்கப் பட்டு, உரிமைப் போராட்டாம் உருவாகி விரிசல் விழுது குடும்பத்துல. இதனால பாதிக்கப்படறது அதிகம் ஆண்கள் தான்.''

''.....''

''நான் அந்த வலைல விழத் தயாரா இல்லை. நான் ஆயுள் முழுக்க சந்தோஷமா இருக்க ஆசைப்படறேன் பாரதி.''

''உங்கம்மாவை உங்களுக்குப் பிடிக்குமா, பிடிக்காதா?''

''இதென்ன கேள்வி? ரொம்பப் பிடிக்கும் ஏன்?''

''பதிலை உங்கம்மா வந்த பின்னால சொல்றேன்.... நேரமாச்சு. போலாமா?''

***

# 12

கிரியின் அம்மா வந்து ஒரு மாதமாகிவிட்டது.

பாரதி ரொம்பவும் நெருங்கிப் பழகிவிட்டாள். பாரதியின் அம்மாவும்தான். பாரதியின் பணிவு, பாசம், எதையும் சுலபமாக எடுத்துக் கொள்ளும் மனது என்று ஒவ்வொன்றாகக் கவனித்தாள் கிரியின் அம்மா.

கூடவே கிரி அவளோடு நெருங்கிப் பழகுவதையும் கவனித்தான்.

அன்று இரவு ஒன்பது மணிக்கு மேல் ஏதோ ஒரு தொலைக்காட்சி நிகழ்ச்சியில் கிரி லயித்திருக்க

அம்மா வந்து டி.வியை அணைத்தாள்.

“என்னம்மா நீ? பாக்கறேனில்ல?”

“அப்புறம் பாக்கலாம். நான் உன்னோட கொஞ்சம் பேசணும் கிரி.”

“சொல்லு!”

“உனக்க வயது முப்பத்தஞ்சு”

“அதுக்கென்ன இப்ப?”

“நான் பேசப் போறது உன் கல்யாணம் பற்றி.”

கிரி எழுந்து கொண்டான்.

"கிரி!"

"அம்மா... அஞ்சு வருஷமா நீயும் பேசறே... நானும் கேட்டுட்டுத்தான் இருக்கேன். நான் இதுக்கு ஒப்புக்கலை... பேச்சை விடு!"

"கிரி, நீ என்ன மதிக்கறியா?"

"நிச்சயமா!"

"நான் இதை நம்பலை."

"அம்மா, கல்யாணங்கறது வாழ்க்கை. விரும்பி அதை ஒப்புக்கிட்டாத்தான் சுகம். இல்லைனா வேதனையை விலை கொடுத்து வாங்கின கதை ஆயிடும்."

"கிரி!"

"அம்மா நான் சொல்றதைக் கேளு... பல வயதான பெற்றோர்கள் தன் தலைல தானே மண்ணை வாரிப் போட்டுக்கற நிகழ்ச்சிக்குப் பேரு மகனோட கல்யாணம். பெண்கள் இங்கே சரியா இல்லை. தன் ஆளுமையில குடித்தனம் வரணும்னு ஒரு வெறி பரவலா இருக்கு. அதுக்காக எதுக்கும் தயார்னு ஒரு மனநிலை வந்தாச்சு உனக்கு இப்ப அறுபத்தி ஐந்து வயது. இருக்கப் போற மீதி நாட்களை நிம்மதியா கழிக்க விரும்பலையா நீ?"

"நான் சொல்றதை..."

"என்னைப் பேச விடும்மா. ஏன் நிரந்தரமா தம்பிகூட இருக்க முடியலை உன்னால?"

"அவ... சுமதி சரியில்லை."

"வந்தியா விஷயத்துக்கு! சுமதி சொல்படித்தான் உன் பிள்ளை நடக்கறான். உன் வயசுக்கும் உறவுக்கும் அங்கே மதிப்போ, மரியாதையோ இல்லை. வெளில போய்த் தேட வேண்டாம். விஷயம் நம்ம குடும்பத்துலேயே இருக்கு. நீ

என் கூட ராஜாத்தியாட்டம் இருக்கலாம். இது ஏன் புரியலை உனக்கு?"

"....."

"ஏம்மா பேசலை?"

"ஒரு சுமதி அப்படி இருந்தா, எல்லாரும் சுமதிகளா இருக்கணுமாப்பா?"

"தொண்ணூறு பேர் இங்கே சுமதிகள் தாம்மா!"

"சரி... மீதி பத்து பேர்ல ஒருத்தி உன் மனைவியா வரட்டுமே!"

"தாம்பத்யம் என்ன லாட்டரிச் சீட்டா? பரிசு விழுமா. விழாதானு நப்பாசைப்பட, விடம்மா என்னை!"

"கிரி நான் சொல்ல வந்தது என்னன்னா..."

கதவை எழுந்து போய்த் திறந்தான்.

பாரதி!

"என்ன பாரதி. அம்மாவுக்கு முடியலையா?"

"இல்லை கிரி. எங்க வீட்ல மட்டும் கரன்ட் இல்லை."

"ஃப்யூஸ் போயிருக்கும். இதோ நான் வார்றேன்!"

அவளுடன் கீழே போனான். முடித்துவிட்டு மேலே வந்தபோது பாரதியும் வந்தாள்.

"காப்பிப் பொடி வாங்கிட்டு வர மறந்து போயிட்டேன். கொஞ்சம் குடுங்கம்மா. வாங்கினதும் தந்துர்றேன்!"

"பாரதி இப்படி உட்காரம்மா?"

"என்னம்மா?"

"வயதானவங்களை மனம் நோகச் செய்ற பெண்கள் தான் இந்த பூமில அதிகமா பாரதி?"

"நிச்சயமா! அதுல என்னம்மா உங்களுக்கு சந்தேகம்?"

"சபாஷ் பாரதி! கேட்டுக்கோம்மா. இப்ப திருப்திதானா உனக்கு?"

"என்ன பாரதி நீ? எனக்கு ஆதரவா நீ பேசுவேன்னு நினைச்சேன் நான். காலை வாரி விட்டுட்டியே!"

"மனைவி பேச்சைக் கேட்டு உறவுகளை காலை வாரி விட்ட ஒரு கோழையும் நானும் ஒரே வயித்துல குடியிருந்திருக்கோம்."

"பாரதி நீ என்ன சொல்ற?"

"என் கதை இந்த ராத்திரி வேளைல எதுக்கம்மா? நான் போகட்டா?"

"பாரதி நில்லு. உன்னைப்பற்றி நானும் எதுவும் கேட்டகலை. நீயும் சொல்லலை. என்ன பாரதி உன் பிரச்சினை?"

கிரியின் குரலில நிஜமான ஆர்வம் இருந்தது.

சுருக்கமாக, நடந்த விவரங்களைச் சொன்னாள். பெரு மூச்சு விட்டாள்.

'அடப்பாவமே... இப்படியா இருப்பான் ஒரு அண்ணன்?'

"பார்த்தியாம்மா? பொம்பளைங்க பண்ற வேலையை."

"இல்லை கிரி. இதுல பெண்களை மட்டும் குறை சொல்றதை நான் ஒப்புக்க மாட்டேன். எங்கண்ணா சொந்தக் கால்ல நிக்க முடியாத ஒரு பேடி! அண்ணி அதை உபயோகப்படுததிக்கிட்டா, அவ்ளோதான்... தன் தாய், தன் சகோதரினு அடிச்சுப்பேச முடியாதா ஒரு ஆண்பிள்ளையால? தாய், சகோதரிகிட்ட கிடைக்க முடியாத ஒரு சங்கதி மனைவிகிட்ட கிடைக்குதே! எ... என்னை மன்னிச்சிருங்கம்மா!"

"பாரதி நீ என்ன சொல்ற!"

"ஆமாம் கிரி... தன் சகோதரிக்கு ஒரு சேலை வாங்கிக் கொடுத்தாக்கூட எந்த மனைவியாலும் அதை சகிச்சுக்க முடியாது. நீ ஏன் அவளைக் கேக்கற? கூடப் பொறந்தவளுக்குச் செய்ய மனைவியின் சம்மதம் எதுக்கு? ஆண்களுக்குத் தைரியமும், பாசமும் நிஜமாவே இருந்தா. எந்த மனைவியும் தலைதூக்க முடியாது கிரி!"

"சொல்லும்மா... அழுத்திச் சொல்லு... நாலு தடைவை... இவனுக்கும் நாளைக்கு தான் கோழையா மாறிடுவோம்னு பயம். அதனாலதான் கல்யாணம் வேண்டாம்னு திரும்பத் திரும்பச் சொல்றான்."

"நோ... நோ... நிச்சயமா அது காரணமில்லை. என் மேல எப்பவுமே எனக்கு நம்பிக்கை உண்டு. ஒரு பெண்ணால நிம்மதி சீர்குலைய வேண்டாமேனு பாக்கறேன் நான்!"

"அது எப்படிடா? அப்ப நம்ம பாரதியையே எடுத்துக்க, நாளைக்கு அதுக்கு ஒரு கல்யாணம் நடக்குது. அதால புருஷன் வீட்ல பிரச்சினை வருமா?"

"அதுக்கு பாரதிதான் பதிலைச் சொல்லணும்."

"எனக்குக் கல்யாணம் நடக்குதான்னு பாக்கலாம் முதல்ல."

"ஏம்மா அப்படி பேசற?"

"அண்ணி பேச்சைக் கேட்டு எங்களை வெளில விரட்டின ஒரு கோழைக்கு நான் தங்கை. ஆதரவில்லாத முப்பத கடந்த ஒரு முதிர் கன்னியை யாரும்மா ஒப்புக்குவாங்க? அப்படியே ஒப்புக்கிட்டாலும் சீர்செனத்தி கேட்டா எங்ககிட்ட என்ன இருக்கு?"

"பாரதி!"

"ஆமாம் கிரி. எங்கண்ணியால எங்கம்மா இப்பவும் கண்ணீர்விடற அவலத்தை தினம் தினம் நான் பார்ததுட்டுத்தானே இருக்கேன். என்னால அந்த அவலம் இன்னொரு தாய்க்கு

நிகழக்கூடாது. நிகழாது காப்பிப் பொடியைக் குடுங்கம்மா. நான் போகணும்!''

அவள் போய் விட்டாள்.

''பாவம்மா பாரதி! அவளோட பின்னணில இத்தனை துயரம் இருக்குனு எனக்கே தெரியாதம்மா. ஒரு நாள்கூட சிரிப்பை விலக்காத பெண் அம்மா அது.''

''நான் சொன்ன பத்து பெண்கள்ல இந்த பாரதி ஒருத்தி கிரி''

''அம்மா!''

''என்னால ஒரு தாய் அழக்கூடாதுனு எத்தனை தெளிவா சொல்லிட்டுப் போறா பார்த்தியாய்யா?''

''அம்மா!''

''இப்ப சொல்லுய்யா, நீ ஏன் பாரதியைக் கல்யாணம் செஞ்சுக்கக் கூடாது?''

''அம்மா.... அம்மா, நான்...''

''பாரதியை உனக்குப் பிடிக்கலையா கிரி?''

''அப்படி நான் சொல்லலைம்மா. எனக்கு பாரதியை ரொம்பப் பிடிச்சிருக்கு ஆனா, ஆனா நெருக்கத்துக்கு வெறும் தோழமைதான் காரணம்''

''உன் மனசுல வேற எந்த விகல்பமும் இல்லை. அதனால வெறும் தோழியா அவ இருந்தா நல்ல ஒரு மனைவியா மாற முடியும் கிரி.''

''அம்மா, என்னைக் குழப்பாதே, எனக்குத் தலை சுத்துது!''

''சுத்தட்டும். மறுத்தே பேசின நீ யோசிக்கத் தொடங்கியிருக்கே. நல்ல முடிவைச் சொல்லு. நான் போய்த் தூங்கணும்!''

நள்ளிரவு வரை ஏதேதோ யோசித்தபடி சிகரெட்டுகளை சின்னதாக்கிக் கொண்டிரந்தான் கிரி.

உறங்கிப் போனான்.

***

கனவில் பாரதி வந்து கலகலவென சிரித்தாள் அவனை நெருங்கி, மிக நெருங்கி மூச்சுக் காற்று சுடும் தூரத்தில் முகத்தைக் கொண்டு வந்தாள். அவன் முன்னுச்சிக் கேசத்தை கைகளால் பற்றி, அவன் முகத்தை தன் பக்கம் இழுத்து அவன் உதடுகளில் தன் உதடுகளைட.... குபீரென எழுந்து உட்கார்ந்து விட்டான் கிரி.

உடம்பு முழுக்க தீப்பற்றிக் கொண்டதைப் போன்ற ஓர் உணர்ச்சி தத்தளித்தது.

இந்த முப்பத்தைந்து வயதில் நிச்சயம் இது புதுவகையான உணர்வுதான்.

'இதன் பேர்தான் காமமா? பாரதியிடம் அந்த வகை இச்சை எனக்கிருக்கிறதா? என் அடிமனதில் புதைந்து கிடக்கும் ஆசைகள் கனவாக வெளிப்படுகிறதா? இனி பாரதியை நான் பார்க்கும் பார்வையில் வெறும் தோழமை மட்டும் இருக்காது. அதையும் கடந்து அந்த ஆசைகள் தலைகாட்டும்.'

"கூடாது!"

"ஏன் கூடாது? குழப்பம் உண்டாக்காத பெண் பாரதி. காயப்பட்ட மனது, இன்னொரு மனதை புண்ணாக்க விரும்பாது. இவள் ஏன் எனக்கு நல்ல வாழ்க்கைத் துணையாக அமைய முடியாது?"

எழுந்து குளித்து, சாப்பிட வந்து உட்கார்நதான்.

அம்மா இட்லியை ஆவி பறக்க தட்டில் வைத்தாள் சட்னியை வார்த்தாள்...

"அம்மா, நான் தீர்மானம் பண்ணிட்டேன்."

"என்ன தீர்மானம்?"

"பாரதியை நான் கல்யாணம் செஞ்சுக்கறேன்மா."

"வாயைத் திற!"

"எதுக்கு?"

"திறயேன். இந்தா லட்டு. நல்லதைச் சொன்ன உன் நாக்குக்கு முதல்ல இந்த இனிப்பு!"

வாய் கொள்ளாமல் லட்டுவை அடக்கிக் கொண்டு கண்களால் சிரித்தான் கிரி.

அந்த சந்தோஷம் நீர்க்குமிழி என்பது அவனுக்குத் தெரியாது.

❋❋❋

# 13

பாரதி அப்போதுதான் அலுவலகத்தில் இருந்து வீடு திரும்பியிருந்தாள்.

கிரியின் அம்மா உள்ளே நுழைந்தாள்.

"வாங்கம்மா! அம்மா இங்க வாயேன்!" பாரதி குரல் கொடுத்தாள் அவசரமாக.

அம்மா வெளிப்பட்டாள்.

"அடடா, வாங்க, உட்காருங்க."

"முதல்ல இந்தப் பால்கோவாவை எடுத்துக்குங்க. பாரதி, இந்தாம்மா மல்லிகைப்பூ"

"பாரதி. இன்னிக்கு வெள்ளிக்கிழமை. ஒரு பெரிய மனுஷி வீடு தேடி வந்து பூவும், இனிப்பும் தாறாங்க. நமஸ்காரம் பண்ணிட்டு உன் கையால வாங்கிக்கம்மா!"

பாரதி அப்படியே செய்தாள்.

"பாரதி, காப்பி கலந்து எடுத்துட்டு வா. சொல்லுங்க... என்ன விசேஷம் வீட்ல?"

"இத்தனை நாள் முரண்டு பண்ணின என் கிரி, கல்யாணத்துக்கு சம்மதிச்சிட்டான்."

"அப்படியா? சந்தோஷமா இருக்கு. கூடிய சீக்கிரம் எங்களுக்கெல்லாம் விருந்து உண்டு."

"அந்த விருந்துக்குக் காரணமே நீங்கதானே!"

"என்ன சொல்றீங்க?"

"கிரிக்கு நான் பார்த்திருக்கிற பெண் யாருன்னு இன்னும் கேக்கலையே நீங்க!"

டிகாஷனைக் கலந்து கொண்டிருந்த பாரதி இதயத் துடிப்பைக்கூட தற்காலகமாகத் தள்ளி வைத்து விட்டு, செவிகளுக்கு மட்டும் வேலை கொடுத்தாள். ஓரளவு எதிர்பார்த்த பதில்தான். ஆனாலும் சம்பந்தப்பட்டவர்கள் வாயால் சொல்லக் கேட்க ஒரு ஆவல்.

"யாரு?"

"உங்க பாரதிதான். எந்தப் பெண்ணையும் ஏறெடுத்தும் பார்க்காத என் பிள்ளை, பாரதியை விரும்பிட்டான்."

அம்மாவுக்கு மூச்சுத் திணறியது.

'பாரதியை ஒருவன் விரும்பி விட்டான். என் பாரதிக்குக் கல்யாணம் நடக்கப் போகிறது. வீடு தேடி சம்பந்தம் பேச வந்துவிட்டார்கள்.'

'கடவுளே! காப்பாற்று! எல்லாம் நல்லபடியாக நடக்க அருள் செய்!'

அம்மா கண்ணீர் வழிய கண்மூடி நின்றாள்.

"உ... உங்களுக்கு சம்மதம் தானே?"

"ஆங்... எ... என்ன இப்படி கேட்டுட்டீங்க? ராஜாவாட்டம் இருக்கார் உங்க பிள்ளை. அவர் கிடைக்க என் பாரதி குடுத்து வச்சிருக்கணுமே!"

"சந்தோஷம். எனக்கு கிரி ஒரு பிள்ளையும் சுமதின்னு ஒரு பெண்ணும் மட்டும்தான். கிரிக்கு பதினாலு வயசு

நடக்கும்போதே அவங்கப்பா போய்ச்சேர்ந்து விட்டார். ஆனா காசு பணத்துக்கெல்லாம் பஞ்சமில்லை எனக்கு. சுமதி கிரியைவிட ஆறு வயசு சின்னவ. அவளுக்கும் இரண்டு வருஷம் முன்னாலதான் கல்யாணம் செஞ்சு குடுத்தேன். இவனை விட்டா இந்த உலகத்துல வேறெந்தப் பிடிப்பும் எனக்கில்லை. என் பிள்ளையும், நான் கிழிச்ச கோட்டை இந்த நிமிஷம் வரைக்கும் தாண்டலை.''

''இனிமேலும் தாண்ட என் பாரதி காரணமா இருக்கமாட்டா அவளைப் பற்றி நான் சொல்லக்கூடாது. நீங்களே போகப் போகப் புரிஞ்சுப்பீங்க.''

''சரி, இப்ப நான் புறப்படறேன். மற்ற லௌகீகவிஷயங்களெல்லாம் முறைப்படி நாள் குறிச்சுப் பேசலாம். உங்களுக்கு இந்த ஒரு பெண் மட்டும்தானா?''

''அம்மா...''

''ஓ... கிரி வந்துட்டான். நான் வர்றேன். அப்புறமா பேசலாம்'' அந்தம்மா போய்விட்டாள்.

பாரதி வெளிப்பட்டாள், காப்பியோடு.

''போயிட்டாங்களா?''

''அவர் வந்துட்டார் போலிருக்கு பாரதி. இப்படி வந்து உட்காரு.''

''என்னம்மா?''

''கிரியை உனக்குப் பிடிச்சிருக்கா?''

''அதைவிட பல முக்கியமான கேள்விகள் பாக்கியிருக்கம்மா. அதுக்கெல்லாம் பதில் தேடின பின்னால இதுக்கு நான் பதில் சொல்றேன்.''

''என்னடீ நீ? நான் எத்தனை உற்சாகமா பேசறேன். நீயானா, காற்று போன பலூன் மாதிரி...''

“அம்மா, உற்சாகப்படறதும், உணர்ச்சிவசப்படறதும் உனக்கு சட்டுனு ஆயிடும். உன்னை நான் குறை சொல்லலை. காரணம் நீ ஒரு தாய். ஆனா என்னால எதுக்குமே அவசரப்பட முடியாதம்மா?”

“புரியும்படியா பேசு பாரதி...”

“உங்களுக்கு நான் ஒரு மகள்தானானு அந்தம்மா உன்னைக் கேக்கலை?”

“ஆமாம். அதுல என்ன பிரச்சினை? ரவி என் பிள்ளைனு சொல்லிவிட்டுப் போறேன்.”

“அங்கதான் பிரச்சினையே வருது.”

“ஏன் ரவியால எப்படி பிரச்சினை வரும்?”

“நான் கல்யாணப் பொண்ணு. நீ புருஷன் இல்லாத பெண்மணி தம்பதிகளா அண்ணனும், அண்ணியும் இருக்கும் போது எது பேசுனாலும், என்ன செஞ்சாலும் அவங்க வந்து செஞ்சாத்தான் அழகு. முறை எல்லாமே.”

“ஆமா... அதுதானே நடக்கப் போகுது.”

“அம்மா, நீ எந்த உலகத்துல இருக்கே? அதுக்கெல்லாம் அண்ணனை அனுமதிப்பாளா அண்ணி. நாளைக்கு செலவு அது, இதுன்னு கையக் கடிச்சா தர முடியுமா? கழட்டிக்க மாட்டா?”

“நான் விடமாட்டேன் அவளை...”

“த பாரும்மா! இது மாதிரி விவரம் புரியாம சவால் விடாதே. உன் சொல்... மரியாதை இழந்து ஒரு மாமாகாங்கமாச்சு. அண்ணன் உன் கையைவிட்டு நழுவியும் போயாச்சு.”

“பாரதி?”

“இதையெல்லாம் கிரியோட அம்மாகிட்டச் சொல்ல முடியுமா? நாளைக்கு எனக்கு இது ஒரு கரும்புள்ளிமா.

அண்ணனைவிட்டு இவங்ககிட்டச் சொல்லவும் முடியாது. ஆதரிக்கவும் முடியாது. அவனைவிட்டு நாம விலகியிருக்கக் காரணம் என்னன்னு இந்த நிமிஷம் சொல்லியாகணும். எல்லாத்துக்கும் மேலூம் ஒரு பெரிய சிக்கல் இருக்கு.''

''என்னம்மா அது?''

''நான் கல்யாணம் முடிஞ்சு போயிட்டா, நீ எங்கே இருப்பே?''

''அதுவா பிரச்சினை? ரவிகிட்டே போயிருவேன். ஆயிரம்தான் ஆனாலும் நான் அம்மா. என்னை ஆதரிக்க வேண்டியது ரவியோட பொறுப்பு.''

''இல்லைனு நான் சொல்லலை. ஆனா உன் நிம்மதி குலைஞ்சிடும்மா. கடைசில எங்கிட்டத்தானே வந்தாகணும்னு அண்ணிக்கு ஒரு சவால் வந்துரும். உன்னை மகாகேவலமா ட்ரீட் பண்ண ஆரம்பிச்சா?''

''நான் சாகறேன். என்ககாக உன் வாழ்வு பாழாகக் கூடாது பாரதி!''

''வாழறதும், சாகறதும் நம்ம கையில இல்லைமா... வெறுப்புல என்ன வேணும்னா பேசலாம். நடைமுறைல சரி வருமா? அப்புறம்...''

''என்ன?''

''நல்ல நாள் பார்த்து லௌகீகம் பேச வர்றதா அந்தம்மா சொல்லிட்டாங்க.''

''சொல்லட்டுமே!''

''லௌகீகம்ங்கற சொல்லுக்குப் பின்னால் வியாபாரம்னு ஒரு வார்த்தை மறைஞ்சிருக்கே! அது உனக்குத் தெரியலையா அம்மா?''

''இல்லை பாரதி. அவங்க நல்லவங்க. ரொம்ப எதிர் பார்க்க மாட்டாங்க.''

"ஒரு ரூபா வரதட்சணையா கேட்டாலும் அதை தற்சமயம் நான்தான்மா ஏற்பாடு செஞ்சாகணும். அண்ணனை அரைக்காசு செலவு செய்ய அனுமதிக்க மாட்டா அவ!"

"பாரதி!"

"என்னம்மா?"

"எனக்குத் தலை சுத்துதுடீ! இதுல இத்தனை பிரச்சினைகள் இருக்கா பாரதி!"

"கல்யாணம்னு வந்துட்டாலே வாழ்க்கைல பிரச்சினைதாம்மா. இத்தனை நாள் நம்மை அது நெருங்கி வரலை. அதனால அதோட தீவிரம் நமக்குப் பிடிபடலை. இனிமே சந்திச்சுத்தானேம்மா ஆகணும்."

"நான் இன்னிக்கே ரவியைப் போய்ப் பார்க்கிறேன்."

"அதுக்கு முன்னால கிரியோட அம்மாவைச் சந்திச்சுப் நம்மைப்பற்றி ஒரு வரி விடாம சொல்லிரு. திறந்து காட்டிரு" நம்ம நிலைமையை... இஷ்டமிருந்தா பேச்சு தொடரட்டும்... நாளைக்கு அப்படி நினைச்சேன்னு யாரும்சொல்லக்கூடாது பாரு."

"எனக்கு பயம்மா இருக்கு பாரதி."

"எதுக்கும்மா?"

"வாசல் தேடி ஒரு வரன் வந்திருக்கு. இது நடக்குமா? உன் கழுத்துல தாலி ஏறுமா?"

"தெரியலைமா. என்னை மாதிரிப் பெண்களுக்கு கனவுகளைச் சுமக்க வழியில்லை, ஏன்னா அந்த இடத்துல கடன் சுமைகள் ஏற்கனவே ஏறி உட்கார்ந்தாச்சு. நீ கிரி அம்மாவைச் சந்திச்சுப் பேசு. அப்புறமா கிரியை நான் சந்திக்கணுமா தனியானு யோசிக்கணும்."

பாரதி இரவுச் சமையலைக் கவனிக்க உள்ளே போன அதே நேரம்

கிரி ஒரு மாதிரி மிதந்து கொண்டிருந்தான்.

அம்மா கீழ் போர்ஷனில் போய் இனிப்பும் பூவும் கொடுத்து திருமணச் சேதியைச் சொன்ன விவரத்தை அவனிடம் சொல்லியிருந்தாள்.

"உனக்கு பாரதியைப் பிடிச்சிருக்காம்மா?"

"உன் சம்மதம்தான் தம்பி இதுல முக்கியம். கல்யாணமே வேண்டாம்னு பிடிவாதமா இருந்த உன் மனசையே அந்தப் பெண் கரைச்சிட்டாளே, கெட்டிக்காரி தான்!"

லேசான சிரிப்புடன் அம்மாவைப் பார்த்தான் கிரி.

"ஆனா கிரி..."

"சொல்லும்மா. என்ன ஆனா?"

"எனக்கும் இந்த உலகத்துல உன்னை விட்டா நாதியில்லை!"

"இதை ஏனம்மா இப்பச் சொல்ற? அது எனக்குத் தெரியாதா? எப்பவுமே உன் சொல்தானே எனக்கு வேதம். ஏன் உனக்கு திடீர்னு இந்தச் சந்தேகம்?"

"சந்கேம் இல்லைடா ராஜா. தாய் மனசு அது உனக்குப் புரியாது. ஏன்னா, நீ ஆண்பிள்ளை!"

"உன்னை எனக்குத் தெரியும்மா. பெண்டாட்டி வந்துட்டா, உன்னை தவிக்க விட்டுருவேன்னு பயமாம்மா?"

"அப்படி இல்லைடா. திருமணமே வேண்டாம்னு நினைச்ச ஒரு இரும்பு மனசை கரும்பாக்கி வளைச்சிட்டாளே அந்தப் பெண். அவளால சுலபமா அதைச் சாதிக்க முடிஞ்சதால நான் கவலைப்படறேன். உத்தியோகம் போற பெண் வேற. தன்னிச்சயா ஒரு சுதந்திர உணர்வும், பயமில்லாத தன்மையும் நிச்சயம் அவகிட்டா இருக்கும். அதனால தான்."

"அதனால என்னம்மா? இத்தனை நாள் நீ வளர்த்த பிள்ளை நான். என்னை உனக்குப் புரியலையா? என்னம்மா நீ?"

“உன்னைப் புரியாம இல்லை ராஜா. நான் புரிஞ்சுக்க கூட முடியாத சில பகுதிகளையும் புரிஞ்சுக்க அவ வருவா இல்லையா? அது உன்னை பலவீனப்படுத்தி என்கிட்டேயிருந்து என் பிள்ளையப் பிச்சிடக்கூடாதேனுதான் நான் பயப்படறேன். நான் மட்டுமில்லைப்பா...! இந்த பயம் இந்த மண்ணுல பிறந்த ஒவ்வொரு பெண்ணுக்கும் இருக்கு தம்பி! நாதஸ்வர ஓசைக்கு மத்தில அட்சதை தூவி மாங்கல்யம் பெண் கழுத்துல ஏறும்போதே அது ஒரு யுத்தத்துக்கான ஆரம்பம்தான்.”

கால்ல விழுந்து ஆசீர்வாதம் வாங்கற மருமகளை வாஞ்சையோடு எந்த மாமியாரும் பாக்கறதில்லை. அவளோட அடுத்த அசைவு எதுவா இருக்கும்னு ஒரு எச்சரிக்கை மணியும் போர்க்குணமும் குடியேறத்தான் செய்யுது. அதை மாற்ற முடியாது தம்பி!”

கவலையுடன் அம்மாவைப் பார்த்தான் கிரி.

❃❃❃

# 14

பாரதி ஆபீஸ் போய்விட்டாள். வேலைகளை முடித்துக் கொண்டு அம்மா படியேறினாள்.

"நான் வரலாமா?"

"அட, வாங்க... வாங்க!" கிரியின் அம்மா உற்சாகமாய் வரவேற்றாள்.

"உட்காருங்க. பாரதி ஆபீஸ் போயாச்சா?"

"ஆச்சு!"

"ம்.... ஆப்புறம்?"

"அன்னிக்கே விவரமா உங்ககிட்டப் பேச முடியலை."

"என்னது, மற்ற விவரங்களா? உங்க பிள்ளை இருக்கறதாச் சொன்னீங்க இல்லையா? முறைப்படி அவரும், அவர் மனைவியுமா வந்து பேசட்டும்!"

"அது விஷயமாத்தான் நான் இப்ப வந்தேன்..."

"அது விஷயம்னா?"

"நம்ம ரெண்டு பேரும் சம்பந்தம் பண்ணிக்கப் போறம். நமக்குள்ள எந்த ஒளிவுமறைவும் இல்லாம இருந்தா அது நல்லதில்லையா?"

"புரியலை..."

"என் பிள்ளை தங்கமானவன்தான். ஆனா கொஞ்சம் அப்பாவி குணம்

வந்த பொண்ணு அதை தனக்கு சாதகமா பயன்படுத்திகிட்டா. அதனால..."

"அதனால?"

"சுயநலம் அதிகமாகப் போச்சு. அவளோட ஆதிக்கமும் அதிகப்பட்டுப் போனதால் எங்களால அங்கே இருக்க முடியலை. வெளிலவந்துட்டம்..."

"சண்டை போட்டுக்கிட்டா?"

"இல்லை. சண்டை வந்துராம இருக்கத்தான் விலகினம். இப்ப பிரச்சினை இல்லை பாருங்க!"

"அதென்ன நியாயம்? வீட்டுக்கு வந்த மருமகள், மறு நாளே மாமியாரை மூலைல உட்கார வச்சிட்டு ஆட்சியைக் கைப்பற்ற முடியுமா? நல்லாருக்கே!"

"கேளுங்க... நானும் இதைக் கேக்காத நாளில்லை. எனக்கு அதிகாரங்கள் கைக்கு வரவேண்டாம். கொஞ்சம் அன்பு கிடைச்சாபோதும்."

"அவரால உங்களுக்கு எந்த உதவியும் இல்லையா?"

"எதுக்குங்க பிரச்சினை? தந்தாக்கூட என் பெண் வேண்டாம்னு சொல்றா. பாரதிக்குத் தன்மானம் அதிகம்."

"உங்ககிட்ட பணம் உண்டா?"

"இல்லைங்க."

"உங்ககிட்ட ஒண்ணுமே இல்லையா? வீட்டுக்காரரோட பென்ஷன் கூடவா இல்லை?"

அம்மாவுக்கு 'சுருக்' கென்றது. கிரியின் அம்மா பணத்துக்கு அதிகம் மதிப்பு கொடுப்பவர் எனத் தெரிந்தது.

"இல்லாம என்ன? பெத்த பிள்ளைங்க இருக்கே. அது போதாதா?"

"அதான் உபயோகப்படலையே!"

"பெண் உபயோகப்படறாளே! போதாதா?"

"நாளைக்கு புருஷன் வீடு போயிட்டா, அவளால உங்களுக்கென்ன உபயோகம்? நீங்கதான் அவளுக்குச் செய்யணும். அவ உங்களுக்குச் செய்வாளா?"

அம்மா அயர்நது போய் உட்கார்ந்து விட்டாள்.

"அப்ப, இந்த சீர் செத்தி, மற்றபடி நகை நட்டு போட்டு, கல்யாணச் செலவு உட்பட எல்லாம் யார் செய்யறது?"

"நாங்க செஞ்சுக்கறோம்..."

"நாங்கன்னா, உங்க பொண்ணா? கடன் வாங்குவாளா?"

"ம்...."

"கடன் வாங்கினா, அவ சம்பளம் மொத்தமும் அதுக்கே போதாது. எங்க வீட்டுப் பணத்தை எடுத்து எங்களுக்கே சீர் செய்யப் போறீங்க!"

"இப்ப அவ என் மகள்தானே?"

"மூணு முடிச்சு விழுந்துட்டா, என் மருமகள் ஆச்சே! அப்புறம் அவ சம்பாத்தியமும் எங்க சொத்துதான்."

அம்மா மிரண்டு போனாள்.

"பெற்று, வளர்த்து, படிக்க வைத்து மரமாகிக் கனி கொடுக்கும் நேரம் ரவியை எனக்கு உபயோகப்படாமல் கல்பனா தட்டிப்பறித்தாள். இப்போது பாரதியை. இவர்கள் எனக்கென்று நிஜமாகவே எதுவுமில்லையா?"

"இதபாருங்க உங்க பிள்ளையைப் போய்ப் பாருங்க!"

"....."

"ஆயிரம்தான் ஆனாலும் நம்ம பெற்ற பிள்ளைகள் நேத்து வந்தவளுக்கு என்ன அதிகாரம் இருக்கு? நாக்கைப் புடுங்கிக்கிற மாதிரி நாலு கேள்விகள் கேளுங்க. இந்தக் கல்யாணத்தை உங்க பிள்ளைதான் பொறுப்பேற்று

நடத்தணும்னு எடுத்துச் சொல்லுங்க. நான் பேரசைப்படலை. என் கிரி நிறைய சம்பாதிக்கறான். அதுவே அதிகம் ஆனாலும் எங்களுக்கு ஒரு கௌரவம் இல்லையா? உங்க பிள்ளையை வந்து என்னைப் பார்க்கச் சொல்லுங்க!"

பாரதியின் அம்மா எழுந்துவிட்டாள்.

"ஏன் எழுந்துட்டீங்க?"

"நீங்க சொல்றபடியெல்லாம் செஞ்சிடலாம். தலைசுத்தல் அதிகமா இருக்கு. நான் போய் வீட்ல படுத்துக்கட்டுமா?"

"ஆகட்டும்!"

பாரதியம்மா எழுந்து தன் வீட்டுக்கு வந்துவிட்டாள்.

கதவைத் தாளிட்டபடி வெறும் தரையில் மல்லாந்து படுத்தாள்.

மின்சாரம் தொட்டதுபோல விறுவிறுவென ஒரு உணர்வு உடம்பு முழுக்க ஓடியது.

"கடவுளே! இந்தக் கல்யாணம் நடக்குமா?"

"இத்தனை தீவிரமாக இருக்கும் கிரியின் அம்மாவிடம் எதையென்று எடுத்துச் சொல்லிப் புரியவைப்பது?"

'புரிந்துகொள்ள மறுக்கும் ஒருவரிடம் என்னதான் எடுத்துச் சொன்னாலும் அங்கு கல்பனாதான்!'

மாலைவரை ஒருமாதிரி இருப்பு கொள்ளாமல் தத்தளித்தாள்.

பாரதி வந்து, முகம் கழுவி காப்பி குடித்து முடித்தாள்.

"அம்மா, குக்கர் வைக்கட்டுமா, இல்லை சப்பாத்தி போட்ரலாமா ராத்திரிக்கு?"

"எதுவும் இப்ப செய்ய வேண்டாம். முதல்ல இப்படி வந்து உட்காரு"

"ஏம்மா?"

"வா சொல்றேன்..."

அம்மா சகல விவரங்களும் பாரதிக்குச் சொன்னாள்.

"என்ன பாரதி செய்யலாம் இப்ப?"

பாரதி எழுந்து கொண்டாள். "சப்பாத்திக்கு பருப்பா, வெங்காயச் சட்னியா?"

"அது இப்ப முக்கியமா? ஏண்டீ நீயும் என்னைப் புரிஞ்சுக்காம இப்படி கஷ்டப்படுத்தறே?"

"அம்மா இந்தக் கல்யாணம் வேண்டாம்!"

"பாரதி... என்னம்மா சொல்றே?"

"இது நடக்கவே ஆயிரம் சிக்கல். நடந்துட்டா பிரச்சினை இன்னும் அதிகமாகும். அவசிம்தானா? இப்ப இருக்கற நிம்மதி தொடரணுமா! அழியணுமா?"

"வீடு தேடி வந்து, உன்னைத்தான் கட்டிப்பேன்னு ராஜாவாட்டம் ஒருத்தன் வந்திருக்கான். இவனையும் விட்டுட்டா, இனி உன் கல்யாணம் நடக்குமாம்மா?"

"நடக்க வேண்டாம்!"

"பாரதி. நீ என்ன பேசற?"

"அம்மா. நம்ம குடும்ட நிலைமை நமக்குத்தான் தெரியும். சொன்னாலும் மத்தவங்களால புரிஞ்சுக்க முடியாது. சொல்லவும் நம்மால முடியாது கல்யாணத்தை நிறுத்திட்டா, யாராலும் யாருக்கும் பிரச்சினை இல்லையம்மா!"

"நான் பாவி!"

"ஷ்...! இதுவரைக்கும் எனக்கு கஷ்டம் தரலை. இனிமேதான் தரப்போற நீ!"

"என்ன பாரதி சொல்றே நீ?"

"உனக்கு டென்ஷன் அதிகமானா மூச்சிரைப்பு வரும் அது மோசமான நிலைமைக்குக் கொண்டு போய்விடும். நீ

அந்தம்மாகிட்ட இனி எதுவும் பேச வேண்டாம். நான், கிரிகிட்ட பேசி இதுபத்தி ஒரு முடிவுக்கு வர்றன். நீ நிம்மதியா இரு...''

''பாரதி...!''

''சொல்லும்மா...''

''நாளைக்கு நீ ஆபீஸ் போகும்போது நானும் புறப்படறேன். ரவியை நான் பாக்கணும்.''

''அண்ணா ஆபீசுக்கும், அண்ணி அவங்கம்மா வீட்டுக்கும் போயிருப்பாங்க. யாரை பார்க்கப் போறே நீ?''

''ரவி ஆபீஸ்ல என்னைக் கொண்டு போய் விடு!''

''அது அத்தனை நல்லா இருக்காதும்மா. அவனால உன்கிட்ட அங்கே வச்சு என்ன பேசமுடியும்?''

''சரி இப்ப வா! அவன் வீட்லதான் இருப்பான்.''

''வெக்கத்தைவிட்டு அவகிட்ட பிச்சை கேக்க என் மனசு ஒப்பலை. அப்படி என் கழுத்துக்கு ஒரு தாலி வரவும் வேண்டாம். இந்தப் பேச்சை விடு. நாளைக்கு, இதுக்கெல்லாம் ஒரு முடிவு தெரியும். பேசாம அரிசி உப்புமா பண்ணிரட்டுமா?''

''எனக்குப் பசிக்கலை.''

''எனக்குப் பசிக்குதேம்மா! உறவு, பகை, பாசம், வேஷம் இதெல்லாம் மனசுக்குத்தாம்மா. வயிறு என்ன பாவம் செஞ்சது? வேளா வேளைக்கு அதுக்குத் தீனி போட்டாத்தான் கவலையைக்கூட தெம்பா படமுடியும். கொத்துமல்லிச் சட்னி அரைக்கட்டுமா?''

பாரதியை சற்று அதிசயத்துடன் பார்த்தாள் அம்மா.

அதேநேரம்....

கிரியின் வீட்டில, கிரிக்கு தோசை ஊற்றிக் கொடுத்துக் கொண்டிருந்தாள் அவன் அம்மா.

''கிரி...''

"சொல்லும்மா..."

"கீழ்வீட்டு அம்மா காலைல வந்தாங்க."

"ம்..."

"அவங்க குடும்ப விவரம் எல்லாம் சொன்னாங்க."

"ம்..."

"ஒரு உதவாக்கரைப் பிள்ளை இருக்கு போலிருக்கு. ஒண்ணு கேக்கக்கூட இவங்க ரெண்டு பேருக்கும் நாதியில்லையாமே... தானே நமஸ்காரம் பண்ணி, எழுந்து நின்னு ஆசீர்வாதம் பண்ற நிலைமைடா அந்த பாரதிக்கு."

"ம்!"

"என்ன, கதையா சொல்றேன் நான்?"

"ஒரு தோசை போடா. கொஞ்சம் ஆவக்கா ஊறுகாய் போடு... நீ சொன்ன விவரங்கள் ஓரளவு தெரியும் எனக்கு. அதனாலதான் நான் பாரதியைத் தேர்ந்தெடுத்தேன்."

"கிரி!"

"தன் தாயின் கண்ணீரைப் பார்த்தவ, அதே காரணத்ததுக்காக இன்னொரு தாயைக் கண்ணீர் வடிக்க வைக்க மாட்டா. போதுமா?"

"அதெல்லாம் சரிடா. நான் கேட்டதையெல்லாம் செஞ்சு, நாசூக்கா கல்யாணம் நடத்தணும்னா, நிறைய பணம் வேண்டி இருக்குமே! எப்படி?"

"என்ன... கழுத்து, கைலனு பதினஞ்சு சவரன் நகைகள், கையில அஞ்சாயிரம், பாத்திர பண்டங்கள், அப்புறமா கல்யாணச் செலவு..."

"இதுக்கெல்லாம் ஒரு லட்சத்துக்கு மேல ஆகும்."

"ஆமா, ஆகத்தான் செய்யும்!"

"அத்தனை செலவு செய்ய அவங்களால முடியாதம்மா."

"ஏதேது... நீயே வக்காலத்து வாங்குவே போலிருக்கே. பெண்ணப் பெத்துட்டா செய்யத்தான் வேணும். இல்லைனா முடியுமா?"

"அம்மா, அவசரப்படாதே! அவங்க நம்மை எதுவும் கேட்கலை. நீதான் இனிப்பும், பூவும் கொடுத்து சம்பந்தம் பேசிட்டு வந்திருக்கே."

"அதுதான் முறை. அதுக்காக கோவில்ல வச்சு தாலி கட்ட நான் சம்மதிக்கமாட்டேன். அந்தப் பொண்ணு இப்பவே உன் மனசை மாற்றத் தொடங்கியாச்சு. அண்ணிகிட்ட பார்த்துக் கத்துட்டிருப்பா. போகப்போக நான் வீதில நின்னாலும் அதிசயமில்லை!" அம்மா அழத் தொடங்கிவிட்டாள்.

"அடராமா! உன்னை நான் என்ன சொன்னேன்? ஏன் அழற இப்ப? இன்னிக்கு மட்டுமில்லை என்னிக்கும் உன் விருப்பப்படிதான் நானும் இந்தக் குடும்பமும் நடக்கப் போறம். அப்புறமென்ன? நிம்மதியா இரு."

அம்மா சிரித்தாள் சட்டென.

கிரியின் சிரிப்பு தொலைந்து போயிருந்தது.

***

# 15

**நா**லரைக்கு அலாரம் வைத்து வழக்கம் போல பாரதி தன் நாளைத் தொடங்கிவிட்டாள்.

அம்மாவும் எழுந்துவிட்டாள்.

"நீ படுத்துக்கோயேன்மா என்ன அவசரம்?"

"நான் குளிச்சிட்டு, ரவியைப் பார்க்கக் கிளம்பறேன் பாரதி."

"அம்மா..."

"என்னைத் தடுக்காதே பாரதி. நான் பத்து மாசம் சுமந்து பெத்த பிள்ளை ரவி. ஆயிரம்தான் கல்பனா இன்னிக்கு வந்திருந்தாலும், ரவிகிட்ட நான் பேசறதை அவளால எப்படி தடுக்க முடியும்?"

"அம்மா. அண்ணா வாய் திறந்து பேசமாட்டான்."

"பேசித்தான் ஆகணும் அவன் தங்கையோட வாழ்க்கை பிரச்சினை இது"

"சரி, உன் இஷ்டம். நான் தடுக்கலை. ஆனா சட்டுனு உணர்ச்சிவசப்படாதே! குரலை உயர்த்தி அக்கம் பக்கம் நாலு பேருக்குக் கேக்கற மாதிரி பேசாதே. அவன் கௌரவமா வாழற இடம் அது. அவன் நமக்கு செய்யறானோ இல்லையோ, அவனோட கௌரவம் நமக்குப் பெரிசில்லையாம்மா?"

அம்மாவின் கண்கள் சட்டெனக் கலங்க, பாத்ரூமுக்குள் போய்விட்டாள்.

ஐந்துக்குள் தயாராகிவிட்டாள்.

"இந்தா காப்பி, சூடா இருக்கு. குடிச்சுக்கோ. உனக்கும் சாப்பாடு எடுத்து வைக்கிறேன். வந்து சாப்பிட்டுக்கோ."

"நான் அங்கேயே..."

"சரிதான் நீ போய்த்தான் அடுப்பையே பத்த வைக்க வேண்டியிருக்கும். நீ போகும்போது அவ தூங்கிக்கூட எழுந்திருக்க மாட்டா. நீ காப்பியைக் குடி. அதுக்குள்ள நான் போய் ஆட்டோ எடுத்துட்டு வந்துர்றேன்"

"இருட்டா இருக்கே பாரதி. டார்ச் எடுத்துட்டுப் போ!"

"முப்பது வருஷமா அப்படித்தான்மா இருக்கு. வழில உள்ள இருட்டைப் போக்க டார்ச் உதவும். வாழ்க்கைல உள்ள இருட்டுக்கு எங்கேயிருக்கு டார்ச்?"

ஆட்டோவுடன் பத்தே நிமிடங்களில் வந்துவிட்டாள் பாரதி.

அம்மாவை ஏற்றி, டிரைவரிடம் விலாசம் சொல்லி, அம்மாவிடம் பணமும் கொடுத்தாள்." தெருமுனைக் கடை அஞ்சு மணிக்குத் திறந்துருவான். குழந்தைக்கு பிஸ்கெட்டும், ஒரு டஜன் பழமும் வாங்கிட்டுப் போம்மா... வண்டிய எடுப்பா!"

அம்மா தெருமுனைக் கடையில் பாரதி சொன்னவைகளைச் சேகரித்துக்கொண்டு, வீட்டு வாசலில் போய் இறங்கியபோது நேரம் ஐந்து நாற்பது.

இருட்டாக இருந்தது. யாரும் எழுந்திருக்கவில்லை போலும். மின்சார மணியை அம்மா அழுத்தினாள்.

அப்போதுதான் கண் விழித்த ரவி, லுங்கியை சரிப்படுத்தி கொண்டு, எழுந்து வந்தான். கதவை திறந்தான்.

"அம்மா... நீயா? என்ன இந்த நேரத்துல?"

அம்மா உள்ளே நுழைந்தாள்.

"கல்பனா... கல்பனா எழுந்திரு! அம்மா வந்திருக்காங்க."

"எங்கம்மாவா?" வாரிச் சுருட்டிக் கொண்டு எழுந்த கல்பனா, மாமியாரின் குரலைக் கேட்டதும், "உங்கம்மாவா?" அசுவாரசியமாக மறுபடியும் திரும்பிப் படுத்துக் கொண்டாள்.

"ரவி உன்கூட நான் கொஞ்சம் பேசணும். அதுக்காகத் தான் இப்ப வந்தேன்!"

"பாட்டி!" குழந்தை ஓடி வந்தது. பிஸ்கெட்டை வாங்கிக் கொண்டது. "அத்தை ஏன் வரலை பாட்டி?"

"வருவாடா கண்ணு. நாளைக்கு வருவா. நீ ஆபீஸ் போயிருவேன்னுதான் இந்த நேரத்தை நான் தேர்ந்தெடுத்கேன் ரவி."

"சொல்லும்மா!"

"நாங்க குடியிருக்கற மாடிப் போர்ஷன்ல கிரினு ஒருத்தர்..." என்று தொடங்கிய அம்மா, அவர் பாரதியை மணக்க விரும்புவதையும் மற்ற விவரங்களையும் சொல்லி முடித்தாள்.

ரவி மௌனமாக இருந்தான்.

"அந்தம்மா இதுவரைக்கும் டெர்ம்ஸ் பத்திப் பேசலை. ஆனா கொஞ்சம் எதிர்பார்க்கலாம்னு தோணுது. முறையா பேசணும்னு பிரியப்படறாங்க. நீயும், கல்பனாவும் ஒரு நல்ல நாள்ள அவங்க வீட்டுக்கு வந்தா தேவலை ரவி..."

"எதுக்கு?" கேட்டபடி கல்பனா வெளிப்பட்டாள். நைட்டியில இருந்தாள். கூந்தலை வாரி முடிந்து கொண்டவள், சோம்பல் முறித்து ஒரு கொட்டாவியை வெளிப்படுத்தினாள்.

"கல்பனா, நீ அம்மாகிட்டப் பேசிட்டிரு. நான் போய் குளிச்சிட்டு வந்திர்றேன்."

"ரவி நீ இரு! இன்னிக்கு ஆபீசுக்கு லீவு போடு!"

"அய்யோ முடியாதம்மா. ஆடிட்டிங் நடக்கற சமயம் இது நான் கண்டிப்பா இருந்தாகணும்."

"இது உன் தங்கையோட வாழ்க்கைப் பிரச்சினைடா. அவளுக்குனுயாரு இருக்கா, உன்னைத் தவிர? உட்காரு ரவி!"

ரவிதேள் கொட்டிய திருடன் போல விழித்தான். அரைக்கண்ணால் கல்பனாவைப் பார்த்தான்.

"நீங்களும், உங்கம்மாவும் பேசுங்க."

"கல்பனா நீயும் இரு. சொல்லும்மா."

"அதாம்மா! முதல்ல நீங்க ரெண்டுபேரும் அவங்க வீட்டுக்கு வரணும். அடுத்தபடியா பணத்துக்கு நீ ஏற்பாடு செய்யணும்."

"எவ்ளோ?" கல்பனா.

"தெரியலைமா. எல்லாமேதான். பாரதி அவங்க வீட்டுக்குப் போற பொண்ணு. இதுல அவங்களை நாம எப்படி எதிர்பார்க்க முடியும் ரவி?"

"அதனால?"

"எல்லா பொறுப்புகளையும் நீதான் ஏத்துக்கணும்."

"நான் கொஞ்சம் பேசலாமா?"

"பேசும்மா. எனக்கப்புறம் இந்த வீட்ல எல்லாமே நீதானே கல்பனா. பேசு!"

"குறைஞ்ச ரேட்ல முடிச்சாலே ஒரு ரூபாய்கிட்ட வரும் ஒரு கல்யாணத்துக்கு..."

"ஆமாம்மா!"

"அத்தனை பணமும் அவர் புரட்டணுமா?"

"வேற என்னம்மா வழி? அவனை விட்டா எங்களுக்கு ஏதம்மா நாதி?"

"அத்தனை பணத்துக்கு நாங்க எங்கே போறது இன்னிய தேதிக்கு பேங்க்ல என்ன தெரியுமா சேமிப்பு? சொன்னா வெக்கக்கேடு! நாப்பத்தியேழு ரூபா இருபது காசு. வர்ற சம்பளத்துல வாழ முடியலை. இந்த லட்சணத்துல கடன் வாங்கினா யார் அடைக்கறது? வாழ்க்கை முழுக்க வட்டி கட்டியே மாளாது. அசலை அடுத்த ஜன்மத்துலதான் அடைக்க முடியும்!"

"அப்படி சொன்னா முடியுமா கல்பனா? காலம் முழுக்க பாரதி கன்னியாவே இருக்க வேண்டியதுதானா?"

"அதுக்கு யார் என்ன செய்ய முடியும்? அதுதான் விதின்னா, அனுபவிக்கத்தான வேணும்?"

"நீயும் ஒரு பெண்தான்மா. உனக்கும் ஒரு பிறந்த வீடு இருக்கு. அப்படியெல்லாம் பேசாதே கல்பனா!"

"என் பிறந்த வீட்ல இன்னமும் எனக்கு சீர் வந்துட்டுத்தான் இருக்கு. அண்ணன் தரலை. அப்பா தந்துட்டு இருக்கார்."

"பாரதிக்கு அப்பா இல்லையேம்மா!"

"அதுக்கு நான் என்ன செய்யமுடியும்? நானா அவரைச் சாக சொன்னேன்?'

"கல்பனா! ஒரு மாமியார்கிட்ட நீ பேசுற பேச்சா எனக்குத் தெரியலை."

"படியிறங்கி வந்துட்டா பத்து விதமா பேச்சுக்களை கேட்கத்தான் வேணும்... ரோசம் பார்த்தா நடக்குமா?"

"என்னம்மா அர்த்தம் இதுக்கு? பிச்சைக்காரினு சொல்றியா என்னை?"

"நான் அப்படி சொல்லலை."

"படியேறி வந்தது மடிப்பிச்சை கேட்டகத்தான். என் மகளுக்கு மாங்கல்யப் பிச்சை கேட்க வந்திருக்கேன். அதுவும்

யார் கிட்ட? நான் மடில சுமந்த என் பிள்ளைகிட்ட கேட்க எனக்கு உரிமையும் இருக்கு. நீ பேசினது போதும்!"

"சரி, நான் குறுக்கே வரலை. உங்க பிள்ளை குடுத்தா நீங்க தாராளமா வாங்கிக்கலாம். என்னங்க! குக்கர் சரியா இல்லை. புதுசா ஒண்ணு வாங்கணும். பணம் வேணும்?"

"இப்ப என்கிட்ட ஏது கல்பனா பணம்?"

"உங்கம்மாவுக்குச் செய்ங்க, அதைக் கேட்க எனக்கு உரிமையில்லை. நான் உங்க மனைவி எனக்கும் செய்ய வேண்டியது கடமை."

"என்னைப் போட்டு எல்லாரும் ஏன் கழுத்தை அறுக்கறீங்க?"

"நான் கழுத்தை அறுக்க வரலைப்பா. கழுத்துக்கு தாலிக்காக உன் தங்கை நிக்கறா. அவளுக்கு ஒரு வழி சொல்ல உன்னாலதான் முடியும்!"

"அம்மா, பிடித்தம் போக கையில வர்ற சம்பளம் குடும்பம் நடத்தவே போதலை மா..."

"மூணு பேருக்கு மூவாயிரம் பத்தலையா ரவி?"

"ஆமாம்."

"குடும்பத்தை நீ நடத்தறியா? அவ நடத்தறாளா?"

"யார் நடத்தினா என்னம்மா?"

"என்னைப் பேச வைக்காதே ரவி. புருஷனுக்குத் தெரியாம பணத்தை மறைக்கறது அதை எடுத்துட்டுப் போய் வீட்ல தர்றது அப்புறமா அதே பணத்துல எங்கம்மா வாங்கித் தந்ததுன்னு புருஷன்கிட்டவே புளுகறது... இதெல்லாம் இப்ப வீட்டுக்கு வீடு சகஜமா நடக்குது தம்பி மூணாம் தேதியே பணம் பத்தலைனு சொன்னா யாரப்பா நம்ப முடியும்? கரன்சியை எடுத்து காப்பில கரைச்சுக் குடிக்கறமா?"

''யாரைச் சொல்றீங்க? என் புருஷன் பணம். நான் ஏன் மறைக்கணும்?''

''நான் என் பிள்ளைகிட்ட பேசறேன். த பாரு ரவி! குடித்தனத்தை பொம்மனாட்டி செய்யட்டும். அதுல தப்பில்லை. ஆனா செலவழிக்கற ஒவ்வொரு காசுக்கும் அதை சம்பாதிக்கற ஆணபிள்ளைக்கு கணக்கு தரணும். உன் பணமே, உன் மாமியார் வீட்டு சீதனமா உருமாறி உன்கிட்ட வர்றதைவிடக் கொடுமை இருக்கா ரவி?''

''நிறுத்துங்க. எங்க வீட்டைப் பற்றிப் பேச இவங்களுக்கென்ன உரிமை?''

''அம்மா! நீ சண்டை போடத்தான் இந்த விடிகாலை நேரத்துல வந்தியா?''

''ரவி! நான் உன்னைப் பெத்தவ...''

''அதுக்காக எல்லாத்தையும் அவுத்துக் குடுத்துட்டு, கோமணத்தோட இவர் நிக்கணுமா?''

''அந்த கோமணத்தோட நிறம்கூட நீதான் பார்த்து தேர்ந்தெடுக்கணும்னு ஆனதாலதானே எங்களுக்கு இந்த நிலை? இந்த வீட்ல உள்ள கலர் டி. வி. பிரிட்ஜ், வாஷிங் மெஷின் இதையெல்லாம் எப்படி ரவி வாங்கினே?''

''அவருக்கு மூவாயிரம் ரூபா சம்பளம்.''

''அது குடித்தனம் நடத்தவே பத்தலையேப்பா. அப்புறம் நவீனப் பொருட்களெல்லாம் எப்படி?''

''அப்ப பாரதியும் சம்பாதிச்சுக் கொண்டு வந்தாளேம்மா.''

''அப்படி வா! பாரதி கொண்டு வந்தா இல்லை? அவ பணமும் இதுல இருந்திருக்கு பல வருஷமா. இது எல்லாருக்கும் தெரியும் அந்தப் பணத்தை அவ சேர்த்து வச்சிருந்தா இந்த நேரம் கடன் கேட்க வேண்டிய அவசியம் இருக்குமா? நான் உன்னைக் கேட்கலை. நீ இலவசமாத் தரவும் வேண்டாம். எங்க

செலவு போக மாசம் ஐநூறு ரூபா மீந்திருந்தாலும், இந்தப் பத்து வருஷத்துல பாரதியோட பணம் மட்டும வட்டியோட கிட்டதட்ட எழுபத்தஞ்சாயிரம் வரைக்கும் இருக்கும். அதைக் குடு நான் போயிர்றன்.''

''இதென்ன பகல் கொள்ளை?''

''பகல் கொள்ளையில்லைமா. பாசத்துக்கு விலை பேசும் போது, கர்ப்பப்பையை கமர்ஷியலா மாத்தற இந்த நாள்ள நானும் வியாபாரம் பேசினாத்தானே முடியும்? பதில் சொல்லு ரவி!''

''அம்மா, இது நியாயமில்லை.''

''எதுடா நியாயமில்லை? விடியற நேரம் வீடு வந்து, உன் தங்கயோட வாழ்வு பற்றி நான் பேசறேன். நீ வாய திறக்கலைனா என்ன அர்த்தம். நானும் இப்படி பேசினாத்தான் உனக்கு உறைக்கும்.''

''கதை நல்லா இருக்கே! தரலைனா என்ன செய்வீங்க? தட்டிப் பறிப்பீங்களா?''

''தாரமா இருக்கும்போதே தராதரம் இல்லாம பேசறத சுலபம் கல்பனா. தாயா மாறும்போது தீயா வெந்துபோகும் மனசு. இப்பப் புரியாது உனக்கு ஒரு பெண் இருக்கு. அது வளரும்போது வலி தெரியும்.''

''அம்மா?''

''ரவி! தயவுசெஞ்சு பேசாதே. உன்னைப் பெத்ததுதான் நான் செஞ்ச பெரிய பாவம்.''

அழுது கொண்டே அம்மா படியிலரங்க, நன்றாக விடிந்து வெளிச்சம் வந்திருந்தது.

***

# 16

"நீ அழறதை கொஞ்சம் நிறுத்துறியாம்மா?"

பாரதியின் குரலில் ஒலித்த கடுமை, காதுக்குள் நுழைய, அம்மா சடாரென நிமிர்ந்தாள்.

"பாரதி, நீயும் என் மேல கோவப்படறியா?"

"அய்யோ அம்மா என்னை நீ கூடவா புரிஞ்சுக்கலை? இப்ப நீ அழும்படியா என்ன நடந்து போச்சு?"

"இன்னும் என்ன நடக்கணும்? சொல்லுமா! கல்பனா தான் பேசிட்டே போறா. ரவி நாக்கைக் கூட அசைக்கலை."

"இது புதுசாம்மா? சொல்லு, புதுசா? அண்ணா பேசினாலும் அது அவளோட டப்பிங்னு உனக்குத தெரியாதா? நீ அங்கே போனதே தப்பு. நான் சொல்லியும் நீ கேக்கலை."

"அப்புறம் எப்படி பாரதி உன்கல்யாணம்?"

"நடக்க யோகமிருந்தா நடக்கட்டும், விட்டுத் தள்ளேன். நான் குளிக்கப்போறேன். இந்தத் தேங்காயைக் கொஞ்சம் துருவி வை!"

சமையல் முடித்து அலுவலகம் புறப்பட்டு விட்டாள் பாரதி.

"புறப்பட்டாச்சா பாரதி?" கிரியின் அம்மா உள்ளே நுழைந்தாள்.

"வாங்க."

"இது சுமதி. என் மகள்."

"உள்ள வாங்க உட்காருங்க. எனக்கு ஆபீசுக்கு டயமாச்சு அம்மா, நீ பேசிட்டு இரு." பாரதி புறப்பட்டு விட்டாள்.

"காப்பி போடட்டுமா?"

"வேண்டாம். நாங்க போய் சாப்பிடணும். சமையல் எல்லாம ரெடி. சுமதியை வரச் சொல்லி நான் லெட்டர் எழுதியிருந்தேன்."

"உட்காரும்மா."

"அப்புறம், உங்க பிள்ளை வீட்டுக்குப் போனீங்க போலிருக்கு?"

"ம்!"

"எப்ப வர்றாராம் அவர்?"

"வீட்டுக்குப் பெரியவங்க நீங்க நீங்களே எல்லாத்தையும் பேசி முடிவு செஞ்சுக்குங்கன்னு அவன் சொல்லிட்டான்!"

"அப்படியா? மருமக என்ன சொல்றா?"

"அவ என்ன சொல்லப் போறா?" அம்மா எரிச்சலை அடக்கிக் கொண்டு பதில் சொன்னாள்.

"பதினஞ்சு சவரன்ல நகை போட்ருங்க. பெரிசா ஒரு வெள்ளித்தட்டு, விளக்கு, கிண்ணம், இத்யாதி... புடவைங்க எல்லாம் நல்லா உசத்திய இருக்கட்டும் பட்டுல. அப்புறமா ரிசப்ஷன் குடுத்துருங்க. கிரிக்கு வேண்டப்பட்டவங்க நிறைய பேர் உண்டு இந்த ஊர்ல."

"நீ பேசிட்டே போறியேம்மா. அவங்க எதுவும் இன்னும் பதில் சொல்லலை" சுமதி.

"பொன் வைக்கற இடத்துல பூவை வச்சாவது நாங்க செய்வோம்."

"அது சரி! அப்படி சொல்லிட்டா ஆச்சா? கம்மல் போட்டுக்கற காதுல பூவை வச்சுகிட்டா பார்க்க நல்லாவா இருக்கும்?"

"நீ ஏமாந்தா உன் காதுல பூதான் வைப்பாங்க. அண்ணனுக்கு என்ன குறைஞ்சுபோச்சாம்?"

"அப்படி இல்லைமா....'

"சரி, நாங்க புறப்படறோம். உங்க பிள்ளையைக் கலந்து கிட்டு, நிச்சயதார்த்தத் தேதி வச்சிருங்க. கல்யாணம் ஒரு மாசத்துக்குள்ளே முடியட்டும்."

அம்மா கதவைச் சாத்தக்கூட மறந்து அப்படியே உட்கார்ந்திருந்தாள். மதியம் சாப்பிடவும் இல்லை. உறைந்து போயிருந்தாள்.

மாலை ஆறு மணிக்கு பாரதி வந்தாள். முகம் கழுவி காப்பி போட கேஸைப் பற்ற வைக்க, திடுக்கிட்டாள்.

"நீ எதுவும் சாப்பிடலையாம்மா?"

"இல்லைமா."

"காலைலேருந்து நீ பட்டினியா? என்னாச்சு உனக்கு?"

"நீ காப்பியை சாப்பிடு பேசலாம்."

"கொஞ்சம் உப்புமா பண்றேன். சாப்டுட்டுப் பேசு, வயிறு காஞ்சா, உனக்குச் சேராது."

அம்மாவின் எதிரே அரைமணியில் டிபனை வைத்து விட்டு

"ம்! சாப்டுட்டே சொல்லு. என்ன நடந்தது?"

அம்மா சகலமும் சொன்னாள்.

பாரதி மௌனமாக இருந்தாள்.

"இத்தனைக்கும் படஜெட் போட்டா ஒரு 'ல' போதாது பாரதி. எப்படீம்மா நம்மால முடியும்? ரவி சல்லிக்காசு தரமாட்டான். எனக்குக் கவலையா இருக்கு!"

"அம்மா, நமக்கு மட்டுமில்ல. இப்ப எல்லாருக்குமே இந்த நிலைதான். இளைஞர்கள் முன்னேறிட்டதா பேச்சு மட்டும்தான் ரொக்கமா வேண்டாம். ஸ்கூட்டரராக் குடுனு கேக்கற வகைல நாகரீக முன்னேற்றம் நம்மைப் போல வெறும் கையை முழம் போடற வெத்து வேட்டுகளுக்கு வெந்த சோறுதான் வாழ்க்கை."

"பாரதி?"

"இந்தக் கல்யாணம் நடக்காதம்மா. இது மட்டுமில்லை, இனி எனக்குக் கல்யாணமே நடக்காது. இங்கே எல்லாருமே 'கிரி'கள்தான். அப்புறம் எப்படி?"

அம்மா அழுதாள்.

"உங்கிட்ட இதுதான் எனக்குப் பிடிக்கலை. அழுகை தான் பெண்களை பலவீனமாகக் காட்டுது. எதிர்பார்ப்புக்ள கூடும்போது அது ஏமாற்றமா மாறும்போது அழுகைதான் மிஞ்சும் எதிர்பார்ப்புகளே இல்லாமே, என்னைப்போல வாழப் பழகு. உனக்குக் கண்ணீர்னா என்னன்னே தெரியாது."

"என் வயசுலே உன்னால இப்படி பேச முடியாது பாரதி"

"இந்த வயசுல ஞானம் வந்துட்டா, உன் வயசுல துறவே வந்துரும். மற! நான் நாளைக்கே கிரிகிட்டப் பேசி இந்தக் கல்யாணத்தை நிறுத்திர்றேன். என் வருமானத்துல நீயும், நானும் அழகா வாழ முடியும். போய் வேலையைப் பாரு."

'இப்படியும் ஒரு பெண்ணா?' என்று அம்மா குழப்பத்துடன் அவளைப் பார்த்தாள்.

மறுநாள் காலை பேருந்துக்குக் காத்திருந்தாள் அலுவலகம் போக.

ஸ்கூட்டரை விட்டு இறங்கிய கிரி, அருகில் நெருங்கி, சின்ன குரலில், "நான் என்ன அந்நியனா? உன் நாளையக் கணவன். வரக்கூடாதா?"

"அப்படி ஒரு உறவுக்கு வாய்ப்பில்லைனு ஆன பின்னால நான் உங்களைத் தவிர்க்கறது தப்பா கிரி?"

"பாரதி, என்ன சொல்ற நீ?" அதிர்ச்சியுடன் கிரி சற்று உரத்துக் கேட்டுவிட

"ஷ்! நம்மைச் சுற்றி கண்கள் இருக்கு."

"ஸோ வாட்?"

"நானும் உங்க கூடப் பேசணும் கிரி."

"ட்ரைவ் இன் வந்துரு பாரதி. உன் பஸ் வந்தாச்சு. நான் அங்கே உனக்காக காத்திருப்பேன்" ஸ்கூட்டரை உதைத்துப் புறப்பட்டான்.

பாரதி ஜெமினியில் இறங்கி, ஒரு கடையில் டெலிபோன் செய்து ஆபீசுக்கு விடுப்பு சொல்லி விட்டு, 'ட்ரைவ் இன்'னில் நுழைந்தாள்.

மரத்தடியில் ஸ்கூட்டரில் சாய்ந்து கொண்டிருந்த கிரி சட்டென நிமிர்ந்தான்.

"வா, உள்ள போகலாம்."

இடம் தேடி அமர்நதார்கள்.

"என்ன சொல்லட்டும்?"

"ஜஸ்ட் காப்பி."

சொன்னான். அவன் முகத்தையே பார்த்தான் கூர்மையாக.

"என்னாச்சு பாரதி? நான் ஏதாவது தப்பா நடந்துகிட்டேனா உன்கிட்ட?"

"நான் அப்படி சொல்லலை."

"பின்ன என்ன காரணம்?"

"பாரதி பெருமூச்சு விட்டாள்." "ரவி பத்தி உங்ககிட்ட நான் சொல்லியிருக்கேன் ஏற்கனவே. அவன் சல்லிக்காசு தரப்போறதில்லை என் கல்யாணத்துக்கு."

"இதுதான் உன் பிரச்சினை? அவர் தரலைனா உன் கல்யாணம் நடக்காதா பாரதி?"

"எப்படி நடக்கும் கிரி? உங்கம்மா சொன்ன பட்டியலை நான் சொல்றேன். கணக்குப் போடுங்க. தற்சமயம் என் பேங்க் பேலன்ஸ்... ஸாரி, பேங்க்ல கணக்கே இல்லை எனக்கு. அப்புறம் என்ன பேலன்ஸ்? கடன்தான் இருக்கு வெளில" அம்மா கேட்டதைச் சொன்னாள்.

கிரி பேசவில்லை.

"உங்க அம்மாவை நான் ஒரு நாளும் குறை சொல்லமாட்டேன். அது நாட்டு நடப்பு. அதுதான் யதார்த்தம். கேட்காத அம்மாக்கள் தான் இங்கே அதிசயம்."

"ஐயாம் ஸாரி பாரதி."

"எதுக்கு? நான் வருத்தப்படலையே. நான் என் வாழ்க்கையைக்கூட ஒரு பார்வையாளரா இருந்துதான் ரசிக்கிறேன். அதனால உணர்ச்சிப் போராட்டங்களோ, விரக்தியோ எனக்கு வர்றதே இல்லை" சொல்லிவிட்டு கலகலவெனச் சிரித்தாள்.

சட்டென அவள் கைகளைப் பிடித்துக் கொண்டான் கிரி.

"உன்னோட இந்த க்வாலிட்டிதான் எனக்கு ரொம்பப் பிடிச்சது பாரதி."

அதனாலதான் கல்யாணமே வேண்டாம்னு இருந்த நான் உன்னைப் பார்த்ததும் இளகினேன்."

"பாவம் நீங்க! பீஷ்மரைக் கொல்ல ஒரு சிகண்டி வந்த மாதிரி, உங்களை பீஷ்மராக்க வந்த சிகண்டி நான் ஃபர்கெட் இட்! காலம் முழுக்க நீங்க என்னை காதலிக்கறதுல எனக்கு எந்த ஆட்சேபணையும் இல்லை. ப்ரொஸ்ட் போலாமா?"

"இரு பாரதி."

'...'

"உனக்கு ஒரு லட்சம் ரூபாய் நான் தர்றேன்."

"எதுக்கு கிரி?"

"நீ என் மனைவியாக உனக்கு நான் தர்ற வரதட்சணைனு வச்சுக்கோயேன். கொஞ்சம் புதுமையா இல்லை?"

"இல்லை. அதாவது என் விலை ஒரு லட்சம் ரூபாய் அவ்ளோ காஸ்ட்லியா நான்?"

"நான் நிஜமாச் சொல்றேன் பாரதி. எங்கம்மா ஊர்ல பல வருஷங்கள் இருந்ததால, ஏதோ கொஞ்சம் அவங்க செலவுக்குப் பணம் அனுப்பிட்டு, என் செலவு போக நான் சேர்த்து வச்ச தொகை இந்தப் பணம். அதை உனக்கு நான் தர்றேன். கல்யாணம் இப்ப நடக்குமா?"

"ஒரு நிமிஷம் கிரி! இந்த சேமிப்பு உங்கம்மாவுக்குத் தெரியுமா?"

"தெரியாது பாரதி."

"நினைச்சேன். அதாவது அவங்களை ஏமாத்தி எனக்குப் பணம் தரப்போறீங்க. அந்தப் பணத்துல நம்ம கல்யாணம் நடக்கப் போகுது!"

"எக்ஸ்ஸாட்லி!"

"ஆர் யூ நாட் அஷேம்ட்?"

"பாரதி!" கோபத்தோடு வெளிப்பட்டது கிரியின் குரல்.

"ஏன் சார், இப்படி சுத்தி வளைச்சு என்னை நீங்க அடையத்தான் வேணுமா? அக்னில நெய்யை ஊத்தறதுக்கு முன்னால அம்மாகிட்ட பொய்யை ஊத்தப் போறீங்க. இப்படி ஒரு போலி வேஷம் போட்டு என் கழுத்துல தாலி கட்டறதை விட, இது மாதிரி வியாபாரம் பேசறது தப்புனு அந்தத் தாய் கிட்ட எடுத்துச் சொல்லக் கூடாதா?"

"பாரதி?"

"என்னை அடையணும்னு ஆசைப்பட்டு பெத்த தாய் கிட்ட பொய். பெற்றவளை எதிர்த்துப் பேச துணிவில்லாம், வரப்போறவளையும் இந்தப் பொய்க்கு உடந்தையாக்க தீவிர முயற்சி. இப்படி பொய்யில மேடை போட்டு நம்ம வாழ்க்கையை அரங்கேற்றம் பண்ணித்தான் ஆகணுமா மிஸ்டர் கிரி?"

கிரி சடாரென எழுந்தான்.

பில்லுக்கான பணத்தை பீங்கான் தட்டில் வைத்துவிட்டு, திரும்பிப் பாராமல் வாசலை நோக்கி நடக்கத் தொடங்கினான்.

அவன் போவதையே பார்த்துக் கொண்டிருந்தாள் பாரதி.

❋❋❋

# 17

"சீக்கிரம் வந்துட்டியே! உடம்பு சரியில்லையா பாரதி?"

"இல்லைமா... நான் இன்னிக்கு ஆபீசுக்குப் போகலை."

"பின்ன?"

"கிரியை சந்திச்சு விவரங்களைச் சொன்னேன்."

"என்ன சொன்னார்?"

"அம்மாவைவிட பிள்ளை அபத்தம்!"

"இன்னும் அதிகம் வேணும்னு சொல்றாரா?"

"அப்படி சொன்னா தேவலையே!"

"விவரமாச் சொல்லும்மா..."

பாரதி காலையில் நடந்த பேச்சுக்களை ஒன்று விடாமல் சொல்லி முடித்தாள்.

"உனக்கு அறிவிருக்காடீ?"

"என்னம்மா சொல்ற நீ?"

"உன்னை எப்படியும் மனைவியா அடையணும்னு தீவரமா இருக்கு அந்தப் பிள்ளை. அதுக்காகத்தானே அவ்ளோ பெரிய தொகை தந்து, கல்யாணத்தையும் நடத்த முன்வந்தா... அவன் சாதாரண பிள்ளையில்லைடீ! மகா

புருஷன். உன்னைப்போல புண்ணியம் பண்ணின பெண் இந்த பூமில இன்னமும் பிறக்கலைடீ! அத்தனையும் ஒரேநொடில தொலைச்சிட்டு வந்து நிக்கறியே! உன்னை என்ன செஞ்சாத் தேவலை?''

''என்னம்மா உளர்ற?''

''உளறலைடீ! ஒரு புத்திசாலியை மகளா அடைஞ்சதா நினைச்சு நேத்து வரைக்கும் பூரிச்சுப் போயிருந்தேன். ஒரு பைத்தியக்காரியோட தாய்னு தெரிஞ்சு தடுமாறிப் போய்நிக்கறேன் இப்ப.''

''போதும் நிறுத்து?''

''என்னை ஏண்டி கோவிச்சுக்கற? உன்னோட விதி அது. யார் மாற்ற முடியும் அதை?''

''ஏம்மா நீயும் ஒரு தாய்தானே?''

''எதுக்கு இந்தக் கேள்வி?''

''கிரி, தன்னோட தாயை ஏமாற்றி இதை நடத்தப் போறார். உன் பிள்ளை உன்னை ஏமாற்றினா ஒப்புக்க முடியுமா என்னால? அண்ணனை கைக்குள்ள போட்டுகிட்ட அவன் மாமியாருக்கும், உனக்கும் இந்த நிமிஷம் என்ன வித்தியாசம்?''

''ஒரு தாய்க்குத் தாய்மை இருக்கணும் பாரதி. வியாபாரம் பேசத் தொடங்கிட்டா, அந்த நொடியே தன் தகுதியை அவ இழந்துர்றா. நான் இதுவரைக்கும் வியாபாரம் பேசலை யார் கிட்டேயும்!''

''சரி, தாய் வியாபாரி ஆயிட்டா, பிள்ளை எடுத்துச் சொல்லலாம் இல்லையா? உன்னைப்போல அவளும் ஒரு பெண்ணுனு சுட்டிக் காட்டலாம் இல்லையா?''

''அது அத்தனை சுலபம் இல்லைமா!''

''ஏன்மா? ஏன் முடியாது?''

“மனைவினு ஒருத்தி வர்றதுக்கு முன்னாலயே அவகிட்ட மயங்கிட்டான் என் பிள்ளைனு ஒப்பாரி வரும் வலது காலை எடுத்து நீ உள்ளே வைக்கும்போதே. போர் முரசு கொட்டும். யுத்தத்துக்கு நேரம் பார்க்கும். கவிழ்க்க ஆலோசனை வரும். சாகசம் கைகூடும். மார்லகால் பதிச்சு மகிஷாசுர நர்த்தனம் நடத்த நேரம் பார்க்கும். வேண்டாம் பாரதி. உனக்கு இன்னும் உலகம் புரியலை. கிரி உத்தமமான பிள்ளை. உன்னையும் அடைஞ்சு, அன்னையும் சந்தோஷப்படணும்னு ஆசைப்படற மனசு அது!”

“பாலுக்கும் காவல், பூனைக்கும் தோழன்னு வாழ முடியுமாம்மா?”

“முடியும்! முடியணும். ஆண்கள் வாழ்க்கை எப்பவுமே மேற்படி வாழ்க்கைதான். அதுல ஜெயிக்க முடியாம போறவங்கதான் அநேகம்பேர். தாய், மனைவி ரெண்டுபேரையும் கட்டுப்படுத்தி, வாழ்க்கையை ஜெயிக்கற மனுஷன்தான் இங்கே நிஜமான ஆண்பிள்ளை.”

“அப்படி ஒரு ரெண்டுங்கெட்டான் வாழ்க்கை அவசியம் தானா?”

“பிரசவம் வலிதான். இன்னொரு பிறவிதான் உயிரைப் பணயம் வச்சு நடக்கற உற்பத்தி. தெரிஞ்சும் அடுத்த குழந்தையைச் சுமக்க பொம்மானாட்டி தயாரா இல்லையா? ஒரு பிரசவம் போதும்னு ஒஞ்சு போக வேண்டியதுதானே? ஏன் போகலை? திரும்பவும் நாள் தள்ளியாச்சுனு வயிதுதைத் தள்ளிட்டு நடக்கறதுல ஒரு குதூகலம் இருக்கு. வலில சுகம் இருக்கு. காரணம் தாய்மை! ஆண்களுக்கும் இத மாதிரி பிரச்சினைகள்ள சுகமிருக்கு. காரணம் வாழ்க்கை!”

பாரதிகுழம்பிப் போனாள்.

சுவரில் சாய்ந்து, கண்மூடி உட்கார்ந்தாள்.

“பாரதி!”

“என்னம்மா?”

“நாளைக்கே கிரியை சந்திச்சு அவர்கிட்ட மன்னிப்புக் கேட்கணும் நீ!”

“எதுக்கு?”

“அவர் மனசு புண்பட நீ பேசினதுக்கு.”

“நான் தப்பா ஒண்ணும் பேசிடலை!”

“எது தப்பு, எது சரினு தீர்மானிக்கறது மனது பாரதி... இதுக்குனு எந்த சட்ட புத்தகமும் இல்லை. நான் சொல்றதைக் கேளு...”

“அம்மா என்னைக் கொஞ்சம் பேசவிடுவியா?”

“சொல்லு!”

“இதுக்கு நான் சம்மதிச்சா, கிரி பணம் தருவார். கல்யாணம் நடக்கும்.”

“அதுக்குத்தானே...”

“... இரு! நான் முடிக்கலை இன்னும். இதனால எனக்குள்ள ஒரு குற்ற உணர்ச்சி இருக்கு. நான், கிரி சொல்லுக்கு ஒரு வகைல கட்டுப்பட வேண்டிய நிர்ப்பந்தம் உண்டாகலையா? ஒரு கடனாளிக்கு உண்டாற கலக்கம்...”

“கடனை நீ வாங்காம, நம்ம செலவுல இந்தக் கல்யாணம் நடந்தாலும் கிரி சொல்லுக்கு நீ கட்டுப்பட்டுத் தான் பாரதி நடக்க முடியும். ஏன்னா, தாலி கட்டிட்டா அவன் உனக்குப் புருஷன்!”

“அது வேறம்மா!”

“கட்டுப்பட்டு நடக்க வேண்டியது நிர்ப்பந்தம் இல்லைமா. மஞ்சள் கயிறு தந்த பந்தம். நீ எப்படி கடனாளியாக முடியும்?”

“அவர் செலவுலதானே இந்தக் கல்யாணம்?”

"ஆமா! அவன் உனக்குப் புருஷனாயிட்டா, அந்த நிமிஷமே நீ வேற, அவன் வேறயா? அது உன் பணம் அப்புறம் எங்கே கடன் வரும்?"

கலீரெனச் சிரித்து விட்டாள் பாரதி.

"ஏம்மா?"

"நீ அரசியல்ல இருக்க வேண்டிய ஆள். திடீர்னு விவசாயிகளோட கடனை தேர்தலுக்காக அரசியல் வாதிகள் ரத்து பண்றமாதிரி நீயும்" மறுபடியும் சிரித்தாள்.

"பாரதி நீ நினைக்கிற மாதிரி இது விளையாட்டில்லை. வெறும் வியாபாரமும் இல்லை இதை விட ஒரு நல்ல வாய்ப்பு உனக்கு இனி வரப்போறதும் இல்லை. நாளைக்கே நீ கிரியைப் பாரு!"

பாரதி பதில் பேசவில்லை.

***

"மறுநாள் காலை அலுவலகம் போனபோது இது பற்றி சிவகுமாரிடம் கேட்கலாமா என்று தோன்ற"

"சார், ஒரு மணி நேரம் பர்மிஷன் போட்டுட்டு வர முடியுமா? உங்ககிட்ட ஒரு ஆலோசனை கேட்கணும்!"

"அதுக்கென்ன? வாயேன்மா?"

அவர் புறப்பட்டார் அவளுடன்.

ரெஸ்ட்டாரென்ட்டில் ஒதுக்குப்புறமான மூலை அவர்களை வாங்கிக் கொண்டதும்...

"சொல்லும்மா!"

ஒன்றுவிடாமல் அவரிடம் சொல்லி முடித்தாள் பாரதி.

"ஏம்மா, நான் உன்னை ஒரே ஒரு கேள்விதான் கேட்கப்போறேன்."

"கேளுங்க சார்!"

"உன்னை அடையணும்னு, உனக்காக ஒரு லட்ச ரூபாயை, தன் தாயாருக்குக்கூட தெரியாம தர முன் வந்திருக்கார் அந்த கிரி. இதைக் காரணமா வச்சு வருங்காலத்துல அவரை நீ எக்ஸ்ப்ளாய்ட் பண்ணப் போறியாம்மா?"

தடாலென எழுந்து விட்டாள் பாரதி.

"ஏம்மா? பதில் சொல்லு!"

"என்னைப் பார்த்தா உங்களுக்கு அப்படியா சார் தோணுது? எப்படி சார் எங்கிட்டடே இந்தக் கேள்வியைக் கேட்க உங்களுக்கு மனசு வந்தது?"

"நோ. ஐ வான்ட் ரிப்ளை ரைட் நௌ!"

"என் தாயார் ஒரு பெண்ணால கண்ணீர் வடிக்கறது போதாதா சார்? அதைக் கிட்ட இருந்து பார்த்து அனுபவிச்சும் இன்னொரு தாயை நான் காயப்படுத்துவேனா சார்! அது என்னால முடியுமா?"

"ரைட் யூ ஆர்! அது எனக்குத் தெரியும். உன்னைத் தவிர வேற எந்தப் பெண்ணாயிருந்தாலும் இந்த சந்தர்ப்பத்தை இப்படி ஒரு கணவனை தனக்கு சாதகமாகத்தான உபயோகப்படுத்துவா. அதை நீ செய்யமாட்டேன்னு தெரிஞ்சுதான் கிரி உனக்குப் பணம் தர முன் வந்திருக்கார். உன்னைப் போல ஒர நல்ல பெண் தனக்கு மனைவியா வர்றது பணத்தால தடைபடக்கூடாதுன்ன நினைக்கிறார்!"

"சார்!"

"அது மட்டுமில்லைமா! நீ நினைக்கிற மாதிரி தாயோட நேரடியா அவர் மோதலாம். இந்த இடத்துல உங்கம்மா சொல்ற பாயின்ட வருது. உள்ளே காலை வைக்கும்போதே உனக்கும், மாமியாருக்கும் ஒரு யுத்தப்பார்வை வந்துரும். அதை அவர் விரும்பலை. அமைதியான ஒரு வாழ்க்கையைத்

தேடித்தானேம்மா கிரி இத்தனை காலம் காத்திருக்கார். அதை உன்னால புரிஞ்சுக்க முடியலையா பாரதி?''

''.....''

''பாரம்மா! முப்பது வருஷத்துக்கும் மேலா தன் மடில போட்டு வளர்த்த பிள்ளை ஒரு நொடில அடுத்தவளுக்கு உடமையாகும்போது அதைத் தாங்க எந்தத் தாயாலும் முடியாது. சிலபேர் மறைச்சுப்பாங்க. முடியாதவங்க வெடிப்பாங்க. 'ஈடிபஸ் காம்ப்ளெக்ஸ்' இல்லாத வீடு எது? சொல்லேன் பார்க்கலாம்.''

''சார் அது என் பிரச்சினை இல்லை. கிரி முதல்ல அவரோட அம்மாவுக்கு சொந்தமா இருக்கட்டும். நான் ஏன் தட்டிப் பறிக்கணும் அவரை? என் குழந்தைகளுக்கு நான் தாயாகும் போது, கிரிக்கும் என்னால ஒரு தாய் போல இருந்து உதவ முடியும்! வயசானவங்க எத்தனை காலம் வாழப்போறாங்க?''

''அதுதாம்மா பாரதி! உன்னைப் போல எல்லா பெண்களும் நினைச்சிட்டா, இந்த பூமில மாமியார் மருமகள் போரட்டமே இருக்காது. கிரியை நீ கல்யாணம் செஞ்சுக்கோம்மா. அவரை விட ஒரு நல்ல கணவன் உனக்கு கிடைக்காதம்மா!''

''.....''

''என்னம்மா பேசலை நீ!''

மெல்லச் சிரித்தாள். தாமரைப் பூவைப் போல தலையை லேசாக அசைத்தாள்.

''சம்மதம் சார்!''

''தேங்ஸ்மா! உன்னைக் கன்வின்ஸ் பண்ணின பெருமை என்னைச் சேரட்டும். முதல்ல போய் கிரிக்கு போன் பண்ணி, மன்னிப்பு கேட்ரும்மா! மன்னிப்பும், விட்டுக் கொடுக்கறதும், வணங்கிப் போறதும்தான் வாழ்க்கையோட இனிமையான அஸ்திவாரம் போலாமா?''

ரிசப்ஷனில் போய் டயல் செய்து. ரிசீவரைக் கையில் எடுத்தாள் பாரதி.

"மிஸ்டர் கிரி வேணும்."

"ஸாரி மேடம்! அவர் இப்பத்தான் வெளியே போனார்"

"அவசரமா யாரையோ பார்க்கப் போனார். நீங்க யாரு?"

சற்றே ஏமாற்றத்துடன் ரிசீவரை அமர்த்தினாள் பாரதி.

திரும்பினாள். ஆடிப்போனாள்...

கிரி உள்ளே நுழைந்து கொண்டிருந்தான். "அவசரமாக வந்துகிட்டு இருக்கேன் பாரதி."

அவன் குரலில் லேசான பதட்டம் இருந்தது.

❋❋❋

# 18

"உங்கம்மாவை ஆஸ்பிட்டல்ல அட்மிட் பண்ணியிருக்காங்களாம் பாரதி."

"என்னது?"-பாரதி தடாலென எழுந்து விட்டாள்.

"உங்களுக்கு எப்படி?"

"நம்ம வீட்டுக்காரர் என் நம்பருக்கு இப்பத்தான் போன் பண்ணினார். வா போகலாம்!"

அவன் ஆட்டோவைத் தேட

"உங்க ஸ்கூட்டர் இல்லையா கிரி?"

"இருக்கு... ஆட்டோவை உனக்காகத்தான் நான்..."

"ஏன்? உங்க ஸ்கூட்டர்ல நான் வரக்கூடாதா?"

"பாரதி நீ?"

"மனைவியான பின்னாலதான் வரணும்னு நீங்க நினைச்சா, நான் இப்ப ஆட்டோலயே போறேன்."

"நீ என்ன சொல்ற பாரதி?"

"உங்களைக் கல்யாணம் செஞ்சுக்க சம்மதம்னு சொல்றேன். உங்க சேமிப்புத் தொகையை வாங்கிக்கவும் சம்மதம். இதை சொல்லத்தான் உங்களுக்கு நான் போன் பண்ண நினைச்சேன். அதுக்குள்ள நீங்களே நேர்ல..."

சட்டென அவள் கைகளைப் பிடித்துக் கொண்டான்.

"தேங்க் யூ பாரதி!" கிசுகிசுப்பான குரலில் சொன்னான்.

"உட்காரு!" வண்டியை இயக்கினான்.

பாரதி, சுவாதீனமாக அவனோடு நெருங்கி அமர்ந்து கொண்டாள்.

"ஏன் அம்மாவுக்குத் திடீர்னு?"

"நான்தான் காரணம் என் பிடிவாதம் அம்மாவை மனசு உடைய வச்சிருக்கு இப்ப, உங்களோட போய் எதிர்ல நின்னா, எல்லாம் தெளிஞ்சு போகும்."

அம்மாவை அட்மிட் செய்திருந்த இடத்துக்குள் நுழைய, வீட்டுக்காரம்மா எழுந்தாள்.

"ரொம்ப நன்றிம்மா!"

"பரவாயில்லை பாரதி. டெரிஃபிலின் போட்டிருக்கு. தூங்கறாங்க. நான் வரட்டுமா?"

போய்விட்டாள்.

சற்று நேரத்தில் டாக்டர் வந்தார்.

"மிஸ் பாரதி..."

"சொல்லுங்க டாக்டர்!"

"திடீர்னு ஒருவிதமான அதிர்ச்சியோ, மனப்புழுக்கமோ, வேதனையோ உங்கம்மாவுக்கு வரக்கூடாது வெறும் ஆஸ்துமா மட்டும் அவங்களுக்கு இல்லை. இதயமும் பலவீனமாத்தான் இருக்கு. கூடுமானவரைக்கும் எந்த வேலையும் செய்யாம, பூரண ஓய்வுல இருந்தா, அது அவங்களுக்கு நல்லது. ஜாக்கிரதை!"

டாக்டர் போய்விட்டார்.

அம்மா விழித்துக் கொண்டாள். பாரதி, பக்கத்தில் கிரி!

"என்னம்மா நீ? எல்லாத்துக்கும் இப்படி அப்செட் ஆகலாமா? சொல்லு! உன் விருப்பம்போல எல்லாம் நடக்கும்... கிரிதான் உன் மாப்ளை. நீ குணமானதும் அடுத்த முகூர்த்தத்துல எனக்கும் கல்யாணம் போதுமா?"

அம்மா 'தடக்'கென...

"கவலைப்படாதீங்க அத்தை! இனிமே நானிருக்கேன்!" கிரி சொன்னதும் அம்மாவுக்கு ரோமக் கால்களை ஊடுருவிக் கொண்டு ஒரு சிலிர்ப்பு ஓடியது.

"தம்பீ!"

"சொல்லுங்க!"

"என் பாரதிக்கு இத்தனை அம்சமா ஒரு புருஷன் கிடைப்பார்னு நானே நினைக்கலை. நீங்க நல்லா இருக்கணும்!"

"ஆனா... கல்யாணத்தை உங்க பிள்ளையே நடத்தறதா இருக்கட்டும்."

"சரி தம்பீ! பாரதி நீ ரவிக்கு உடனே போன் பண்ணு."

"இப்ப எதுக்கம்மா?"

"சொன்னதைச் செய்யேன். நான் எப்ப வீட்டுக்கு வரலாம்?"

"நாளைக்கு டிஸ்சார்ஜ் பண்ணலாம்னு டாக்டர் சொல்லியிருக்கார்."

"அப்படியானா, அவன் இங்கே வரட்டும்."

"அப்ப நான் புறப்படட்டுமா பாரதி? ராத்திரிக்கு சாப்பாடு எடுத்துட்டு வரட்டுமா?"

"வேணாம் கிரி. உங்களுக்கேன் சிரமம்? நான் ஓட்டல்லே வாங்கிக்கறேன்."

"நான் அம்மாகிட்டச் சொல்லி அவங்களையும் அழைச்சிட்டு வர்றன்."

கிரி புறப்பட்டு விட்டான்.

பாரதி ரவிக்குத் தகவல் கொடுத்து, இரவு எட்டு மணி சுமாருக்கு ரவியும், கல்பனாவும் வந்தார்கள்.

"என்னாச்சு பாரதி?"

"ஒண்ணுமில்லை அண்ணி! அம்மாவோட வழக்கமான வியாதிதான். நாளைக்கு டிஸ்சார்ஜ்"

"ரவி, இப்படி வந்து உட்காரு! உன்னோட நான் பேசணும் கொஞ்சம்..."

"எல்லாம் வீட்ல போய் பேசிக்கலாம்மா!" கல்பனாவை அரைக்கண்ணால் பார்த்தபடி மிரட்சியோட சொன்னான் ரவி அவசரமாக.

"உன்கிட்ட தனியாப் பேசணும்னு நான் சொல்லலைப்பா. நீ பயப்படாதே. கல்பனாவும் இருக்கட்டும்!"

ரவி அருகில் வந்து உட்கார்ந்தான்.

"பாரதியை அந்த கிரிக்குப் பிடிச்சுப் போச்சு. அவரே ஒரு லட்ச ரூபாய் அவங்கம்மாவுக்குத் தெரியாம தந்து, இந்தக் கல்யாணத்தை நடத்தத் தயாரா இருக்கார்!"

"அடிசக்கை! மாப்பிள்ளையை அதுக்குள்ள கைக்குள்ள போட்டுகிட்டாச்சு!"

"கல்பனா நிறுத்து! கிரி அசடு இல்லை. என் பாரதி அகங்காரம் பிடிச்சவளும் இல்லை!"

"நான் அகங்காரம் பிடிச்சவளா? தடாலென கல்பனா எழுந்து கொண்டாள்.

உள்ளே அவசரமாக கிரியை வழியனுப்பிவிட்டு நுழைந்த பாரதி, 'ஷ்!' ஆஸ்பிட்டல்! ஏம்மா இப்படி சத்தம் போடற நீ? மெதுவாப் பேசு!"

"நான் ஒண்ணும் கூச்சல் போடலை!"

"நான் உங்களைச் சொல்லலை அண்ணி!" எரிச்சலை அடக்கிக் கொண்டு சொன்னாள் பாரதி.

"அதனால ரவி, உனக்கும் ஒரு பைசா செலவில்லை... ஆனா நீயே செலவு செஞ்சு நடத்தறதா இருக்கணும். அது தான் நமக்கு கௌரவம். இதைச் சொல்லத்தான் உன்னை இங்கே வரச் சொன்னேன் நீயும், கல்பனாவுமா முறைப்படி ஒரு வாட்டி கிரியோட அம்மாவை வந்து பார்த்தா கொஞ்சம் நல்லாயிருக்கும."

ரவி, கல்பனாவை மறுடடியும் பார்த்தான்.

"என்னை ஏன் பாக்கறீங்க? உங்கம்மா பேசறாங்க உங்க தங்கச்சி கல்யாணம் என்னை வரச்சொன்ன இடத்துக்கு நான் வர்றேன்."

"சரிம்மா..." ரவி உதடுகளை அசைத்தான்.

"பாரதி, உன்னை ஒரு கேள்வி நான் கேக்கலாமா?"

"கேளுங்க அண்ணி."

"உங்கண்ணனை நான் ஆட்டி வைக்கறதா பேசறீங்களே... கழுத்துல தாலி ஏறலை அதுக்குள்ள கிரி இப்படி சாமி ஆடறாரு. இதெப்படி?"

"அண்ணி! வார்த்தைகளை அளந்து பேசுங்க. அவர் சாமி ஆடலை. காசு, பணம் வசதியில்லாத ஒரு ஏழைப் பெண்ணுக்கு வாழ்வு தர்றார். உத்தமர் கிரி... கூடப்பிறந்த அண்ணன் இருந்தும், அனாதையா நிக்கற என்னைப்போல பெண்களுக்கு இது மாதிரி 'கிரிகள்' முன் வந்தாத்தானே ஒரு வாழ்க்கை கிடைக்கும்? காலம் முழுக்க அவர் காலுக்கு செருப்பா இருக்க நான் முடிவுசெஞ்சாச்சு. மனைவி செருப்பா இருந்தா அது மரியாதை. புருஷனை செருப்பா நினைச்சாத்தான் ஆபாசம்!"

கல்பனா 'விருட்'டென எழுந்தாள்.

"என்னங்க புறப்படலாமா?"

"சரி கல்பனா! அம்மா நாங்க புறப்படறோம். பாரதி, வரட்டுமா நான்?"

"நாளைக்கு வீட்டுக்கு வர்றியா ரவி?"

"என்ன கல்பனா போலாமா?"

கல்பனா பதில் பேசாமல் வாசலை நோக்கி நடந்தாள்.

"ஹூம்! வாசல்ல காலை வைக்கக்கூட அவளைக் கேட்டாகணும் அண்ணனுக்கு."

"விட்றி பாவம்! அவனுக்கு தைரியம் இல்லை. என்ன செய்ய முடியும் சொல்லு."

"அம்மா... உன் பிள்ளை ஆம்பளைதானே?"

"த பாரு பாரதி! பேசும்போது எல்லாம் சுலபம்தான். ரவியை நான் பெத்து, வளர்த்திருக்கேன். அவனுக்கு அதிர்ந்து பேச வராது. எதிர்த்து நிக்கத் தெரியாது. அப்படியொரு சுபாவம் அவனுக்கு. அவ ராட்சஸியா வந்து வாய்ச்சா என்ன செய்ய முடியும் அவனால?"

"உன் பிள்ளையை விட்டுக் குடுக்க மாட்டியே!"

"ஆமாம்மா... மாட்டேன்தான்! நீயும் பத்து மாசம் சுமந்து, பெத்து வளர்க்கும்போது அப்பப் புரியும் உனக்கு... அதுதான் அம்மா!"

பாரதி சிரித்துக் கொண்டாள்.

"உன் பை கீழே விழுந்து கிடக்கு பாரு... எடுத்து வை...!"

"அம்மா, இது என் பை இல்லை. அண்ணி கொண்டு வந்ததா இருக்குமோ!"

அவசமாகப் பரித்தாள் பாரதி.

பர்ஸ் இருந்தது.

"அய்யோ மறந்துட்டாங்களா? ரொம்ப தூரம் போயிருக்க மாட்டாங்க நான் ஓடிப்போய் குடுத்துட்டு வந்திர்றன்மா நீ படு!"

பாரதி ஓடினாள் மூச்சிரைக்க...

மருத்துவமனை மதிலுக்கு வெளிப்புற கல்பனாவின் தலை தெரிந்தது.

'இன்னும் இங்கிருந்து போகவில்லையா? பாரதி வேகத்தைக் குறைத்துக் கொண்டே நெருங்கினாள்.'

"எல்லாத்தையும இங்கேயே பேசி முடிவு செய்யணுமா கல்பனா? வீட்டுக்குப்போய் பேசிக்கக் கூடாதா?"

"த பாருங்க! வீட்ல போய் என்ன வெட்டி முறிக்கப்போறம்? நில்லுங்க!"

"சரி சொல்லு!"

"உங்கம்மாவுக்கு ஆனாலும் இந்தத் திமிர் ஆகாது!"

"என்ன கல்பனா சொல்றே நீ?"

"கிரி அசடு இல்லையாம். பாரதி அகங்காரம் பிடிச்சவ இல்லையாம். நம்மைத் தாக்கிப் பேசறதங்க. உங்களுக்கு உறைக்கலை?"

"அதான் நீ பதில் சொல்லிட்டியே கல்பனா விடேன்!"

"பதில் சொல்லிட்டா மட்டும் ஆச்சா?"

"சரி, என்னதான் செய்யணும்? என்னைப் போட்டு ஏன் இப்படி தொந்தரவு பண்ற?"

"இப்பவே அந்த கிரியைப் பூட்டி வச்சாச்சு அம்மாவும் மகளுமா. இதுல எங்கம்மாவைக் குறை சொல்ல இவங்களுக்கெல்லாம் என்ன யோக்யதை?"

"சரி... சரி... மற! வா போகலாம்!"

"இத்தனை அலட்சியமா பேசற உங்கம்மா நாளைக்கு நடக்கப் போறதை நினைச்சப் பார்த்தாங்களா?"

"நாளைக்கு என்ன நடக்கப் போகுது?"

"பாரதிக்குக் கல்யாணம் முடிஞ்சு, புருஷன் வீட்டுக்குப் போயிட்டா, உங்கம்மா எங்கே போவாங்க?"

"ஏன்? நம்ம கிட்டத்தான் வருவாங்க."

"வருவாங்கதானே! அகங்காரம் பிடிச்ச இந்த கல்பனா தான் அடுத்த வேளை சோத்தைக் கொட்டியாகணும். உங்கப்பா என்ன லட்சக்கணக்கா பேங்க்ல உங்கம்மா பேர்ல போட்டா வச்சிருக்காரு? வர்ற வட்டியை வச்சுட்டு வாழ்க்கை நடத்த. நாதியில்லாத பெரியவங்க நாக்கை வாய்க்குள்ள வச்சுக்கப் பழகணும். நீட்டி முழக்கக் கூடாது. தெரியுதா?"

மதிலின் மறுபுறம் நின்று சகலமும் கேட்டுக் கொண்டிருந்த பாரதி, பலத்த அதிர்ச்சிக்கு ஆளானாள்.

"அதிர்ச்சியோ, மனப்புழுக்கமோ வரக்கூடாது.

இதயம் கூட உங்கம்மாவுக்குப் பலவீனமா இருக்கு."

டாக்டரின் குரல் பாரதியின் காதுக்குள் இருந்தது.

***

# 19

"அம்மா புறப்படு!"

கிரி உள்ளே நுழைந்ததும், நுழையாததுமாக அவசரமாக அம்மாவை அழைத்தான்.

"எங்கே தம்பீ?"

"பாரதியோட அம்மா ஆஸ்பத்திரில அனுமதிக்கப்பட்டிருக்காங்க. நான் அங்கிருந்துதான் வர்றேன். நீயும் புறப்படு... போய்ப் பார்த்துட்டு வந்தரலாம்"

"நீ சாயங்காலம் டிபன் ஏதாவது சாப்பிட்டியா கிரி? சுமதிகிட்ட தோசை ஊத்தித்தரச் சொல்லவா?"

"என்னம்மா நீ! நான் சீரியஸா உன்னை ஆஸ்பத்திரிக்கு வரச்சொல்றேன். நீயானா..."

"முதல்ல உட்காரய்யா!"

கிரி சற்று குழப்பமும், எரிச்சலுமாகக் கலந்து அம்மாவைப் பார்த்தான்.

"நானும் கேள்விப்பட்டேன்."

"என்ன கேள்விப்பட்டே?"

"அந்தம்மாவை ஆஸ்பத்திரில அனுமதிக்க வீட்டுக்காரம்மா போனப்பவே எனக்குத் தெரியும். பாரதி நம்பர் தெரியாம உன் நம்பரை அவங்க முயற்சி பண்ணினதும் தெரியும்"

"எல்லாம் தெரிஞ்சுமா நீ..."

"இரு தம்பீ.... பதட்டப்படாதே! அந்தம்மாவுக்கு இது ஒண்ணும் புதுசு இல்லையாமே! ஆஸ்பத்திரில அனுமதிச்சு பிராணவாயு செலுத்திட்டா, சரியாப் போகும்னு கேள்விப்பட்டேன் நான். ஏன் உனக்கு இத்தனை பதட்டம்?"

"அம்மா நீயா பேசற? சாதாரணமா அக்கம் பக்கத்து மனிதர்களுக்கு கஷ்டம்னாலே ஒரு பதட்டம் வரவேண்டாமா? அதுதானே மனுஷத் தன்மை! அப்படியிருக்க, இவங்க நாளைக்கு உன் சம்பந்தி ஆகப்போறவங்க... இதை யோசிக்கலையா நீ?" அம்மா அமர்த்தலாகச் சிரித்தாள்.

"ரெண்டாவதாச் சொன்னியே... அதான் சம்பந்தின்னு அதனாலதான் நான் போகலை!"

அதிர்ச்சியுடன் பார்வையை உயர்த்தினான் கிரி. சுமதி கூட வெளியே வந்து விட்டாள்.

"புரியலை!"

"பதட்டம் நியாயம்தான். ஆனா இடம் பார்த்துப் பதறணும் கிரி. அதுவும் குறிப்பா நீ!"

"என்ன சொல்ற?"

"இப்ப கொஞ்சம் அதிகப்படியா நடந்து போச்சு அந்த பாரதியைக் கூட்டிட்டு ஆஸ்பத்திரிக்குப் போயிருக்கே நீ!"

"இதுல என்ன அதிகப்படி?"

"அந்தம்மாவோட பிள்ளை எப்ப வந்தார்?"

"பாரதி போன் பண்ணி விவரம் சொன்ன பின்னால."

"பெத்த பிள்ளையைவிட உனக்கென்னப்பா அக்கறை? பாரு கிரி! நீ வளர்ந்த பிள்ளைதான். வாலிப வயசுதான். உனக்கு நான் எதுவும் சொல்லித்தர வேண்டாம். ஆனாலும் பெத்தவங்கற ஒரு கடமை எனக்கு இருக்கில்லையா?"

"அம்மா!"

"ஒரு பெண் உனக்கு மனைவியா, உன் வாழ்க்கைல நுழைஞ்சிட்டு, அதிகபட்சம் உன்னால அவ உடம்பத்தான் உடனே புரிஞ்சுக்க முடியும். உங்கப்பா, தாத்தா எல்லாரும் புரிஞ்சுகிட்டது இன்னமும் உடம்புகளைத்தான். ஆனா பொம்மனாட்டி மனசு ரொம்ப ஆழம் புரிஞ்சுக்க ஆசைப்பட்டு நீ உள்ளே இறங்கினா, போயிட்டே இருப்பே. மீள முடியாது!"

"ஏம்மா புதிர் போடற?"

"இரு! விலகி நின்னே வாழ்கையை நீ தொடங்கு. நான் இப்படி வெளிப்படையா பேசறேனேன்னு தப்பா எடுத்துக்காதே! அந்தப் பெண் இந்த வீட்டுக்குள்ள நுழைஞ்சிட்டா என்னால இந்த அளவு பேச முடியுமானு தெரியலை. அதனால இப்பவே பேசிர்றேன்!"

"....."

"நீ ஆண்பிள்ளை. குடும்பத்துல அதிகம் அடிபடாத, அதோட பிரச்சினைகளைப் புரிஞ்சுக்க முடியாத கொஞ்சம் மேம்போக்கான பிள்ளை. காரணம் உனக்குக் கல்யாணம் இன்னும் ஆகலை. அந்தம்மாவுக்கும், பெண்ணுக்கும் ஆண் துணையில்லை. ரெண்டு பேரையும் ரத்து பண்ணியாச்சு. வெள்ளம் பள்ளதுலதான் பாயும். அது மாதிரி பிடிமானம் தேடி அலையற அந்தப் பொம்பளை மனசுகள் உன்னைப் பிடிச்சிட்டா விடாது."

"இருக்கட்டுமே! ஆதரவு தர்றதுல தப்பில்லையேம்மா!"

"தப்புனு நான் சொல்லலைப்பா. முதல்ல ஆதரவு தேடி உள்ளே நுழையற உறவுகள், அதிகாரம் செய்யத் தொடங்கும் நாளாவட்டத்துல. கெட்ட பழக்கங்கள் விருந்தாளியா உள்ளே நுழைஞ்சு முதலாளியா மாறும். அது மாதிரித்தான் இந்த உறவுகளும்!"

"நீ என்னைக் குழப்பற!"

"இல்லை. நீ குழப்பிடக் கூடாதுனு தெளிய வைக்கறேன். பாரதி நாளைக்கு உன் மனைவி, அவகிட்ட நீ அனுசரனையா இரு. நான் தடுக்கலை. அவ குடும்பத்தார்கிட்ட, குறிப்பா அவ அம்மாகிட்ட ரொம்ப உருகாதே! அது ஆபத்து!"

"அம்மா!"

"அனுபவத்துல சொல்றேன் தம்பீ நான். மகளுக்கு மாதாதான் சத்ருனு ஒரு வாக்கியம் உண்டு. மாப்பிள்ளையைக் கைக்குள்ள போட்டுக்க தன் மகளை எந்த திசைல, எப்படி செலுத்தணும்னு மாமியாருக்குத்தான் தெரியும் தம்பீ!"

"பாரதி அம்மா நல்லவங்க!"

"பார்த்தியா? நான் சொன்னது சரியப்போச்சா? இப்பவே உன்னை சரிக்கட்டத் தொடங்கியாச்சு!"

"அம்மா!"

"ஆத்திரப்படாதே தம்பீ! நிஜம் கசக்கத்தான் செய்யும். பெத்தவளை எடுத்தெறிஞ்சு பேசற பிள்ளைகள், மாமியாருக்காக மணலைக்கூட கயிறாகத் திரிக்க தயார். இதுதான் இன்னிக்கு நடந்துகிட்டு இருக்கு காரணம், தன் மனைவி சந்தோஷம் வேணும்னா அவளோட அம்மாவை புகழத்தான் வேணும். ஆண்களோட மகாமோசமான பலவீனத்துல இதுவும் ஒண்ணு!"

கிரிக்கு தலை கிறுகிறுத்தது.

"ஏம்மா அண்ணனைப் போட்டு இப்படி குழப்பற?"

"நீ சும்மாரு! அவனைப் பத்து மாசம் சுமந்து பெத்தவ நான். அவன் சந்தோஷம் ஒண்ணுதான் என் சுவாசம். த பாரு சுமதி! தகப்பன் மகள் உறவு உன்னதம்தான் எது வரைக்கும்? பெண் வளர்றவரைக்கும். அதுக்குப் பின்னால ஓரளவுதான் தன் அந்தரங்கத்தை அதுவும் நாசூக்கா அப்பாகிட்ட ஒரு பெண்ணால பகிர்ந்துக்க முடியும். அதுக்கும் ஒரு எல்லை உண்டு. ஆனா ஒரு மகன், எந்த வயசுலேயும் தன்னோட

எந்த ரகசியத்தையும் கூச்சமில்லாம பகிர்ந்துக்க முடிஞ்சா அந்த ஒரே ஜீவன் தன் தாய் தான். தெரியுமா உனக்கு?''

''அம்மா!''

''பச்சையா சொல்லணும்னா, ஆண்கள் எந்த வயசுக்கும் உணர்ச்சிக்கு அடிமையானவங்கதான். ஆனா பெண்கள் பிள்ளை பெத்து, தாய் ஸ்தானத்தை அடைஞ்சிட்டா உடம்பு மறக்கப்பட்டு மனசுதான் நிக்கும். அதனாலதான் தாய்க்கு இந்த பூமில இத்தனை பெருமை!''

''கிரி, நீ நல்லா வாழணும்னு ஆசைப்பட்டுத்தான் நான் இவ்ளோ பேசறேன். என் ஆயுள் எத்தனை காலமோ? இருக்கறவரைக்கும் ஒரு பிடி சோறு. மானம் மறைக்க ஒரு சேலை. வேறென்னம்மா வேணும் எனக்கு?''அவள் குரல் உணர்ச்சியில் உடைந்தது.

''அம்மா அழறியா நீ?'' கிரி சட்டென பதறிப்போய் அம்மாவின் கைகளைப் பிடித்துக் கொண்டான்.

''இந்தப் பாசம், பதட்டம் எப்பவும் உங்கிட்ட இருக்கணும்னா, நான் சொல்றதைத் தப்பா புரிஞ்சுக்காம நீ கேப்பியா கிரி?''

''சொல்லுமா!''

ஒரு ஆண்பிள்ளைக்கு எத்தனை மனைவிகள் வேணும்னா வரலாம். ஆனா ஒரே ஒரு தாய்தானே இருக்க முடியும் கிரி?''

''ஆமாம்!''

''அது மாதிரி சம அந்தஸ்துள்ள ரெண்டு தாய்கள் ஒரே வீட்ல சேர்ந்து வாழமுடியுமா கிரி?''

''எதுக்கு இந்தக் கேள்வி?''

''பதில் சொல்லு!''

''தெரியலை!''

''முடியாது. உரிமைப் போராட்டம் தலை தூக்கும். உறவுகள் உடையும்!''

"நீ என்ன சொல்ல வர்ற?"

"விஷயத்துக்கு நேரா வர்றேன். உன் கல்யாணம் முடிஞ்சிட்டா, பாரதியோட அம்மா எங்கே இருப்பாங்க?"

"அங்கேதானே இருக்கணும்?"

"ஆமாம். உன் விவகாரம் உனக்கும் எனக்கும் என்ன தெரியும்? ஆனா அந்தம்மாவால் அரைநாழி பிள்ளைகூட சேர்ந்து வாழ முடியாது."

"அதனால?"

"பாரதி உயிருக்குயிரான மகள். பாரதியோட நிரந்தரமா தங்கிரலாம்னு நினைக்கலாம்!"

பதில் சொல்லாமல் அம்மாவைப் பார்த்தான் கிரி.

"இங்கதான் என் கேள்வி வருது தம்பீ! நானும் அந்தம்மாவும் ஒரே வீட்ல, ஒண்ணா சேர்ந்து வாழ முடியுமா கிரி?"

"முடியாதாம்மா?"

"நிச்சயம் முடியாது. எப்ப, பாரதி உன் மனைவி ஆயிட்டாளோ, அப்பவே உன்ல அவளும் சரிபாதி. உத்யோகம் பாக்கற பெண் வேற."

"அதனால?"

"அவளுக்கும் சரிசமமான உரிமை இந்த வீட்ல இருக்கும்பொழுது, அவளோட அம்மா மூலைலவா உட்காருவா? முதல் ஒரு வாரம், அட ஒரு மாசம் அப்படி இருக்கலாம். திண்ணைல உட்கார்ந்தவ நகர்ந்து கூடத்துக்கு வருவா. கூடம்தாண்டி அடுக்களைல கால் பதிய எத்தனை நேரமாகும்? விருந்தாளி எஜமானியாற கதை இதுதான் தம்பி! உன்னை சுமந்து பெத்த நான், உனக்கே அந்நியமா தெரியக் கூடிய காலம் சீக்கிரம் வந்துரும்"

"அதுக்கு நான் அனுமதிக்க மாட்டடேம்மா!"

“இப்ப எதையும் சொல்ல உன்னால முடியும் கிரி. ஏன்னா இந்த நிமிஷம் முழுமையா நீ எனக்கு மட்டும்தான் சொந்தம். நாளைக்கு பாரதி கழுத்துல நீ தாலிகட்டிட்டா, இடுப்புக்கு மேலதான் எனக்கு நீ சொந்தம். அதுக்குக் கீழே அவளுக்குத்தான் சொந்தம்.”

“இடுப்புக்கு மேலதான்மா இதயம் இருக்கு. அதுல எப்பவும் நீதான் இருக்கே!”

“இல்லையா... இதயம் மட்டும்தான் இருக்கு ஆனா மற்ற சங்கதிகள் தான் உன்னை ஆளத் தொடங்கும் அப்ப, இடுப்புக்குக் கீழே உள்ள கால்கள் இயங்காது தம்பீ! தாம்பத்யம் பொய்க்கால் குதிரை மாதிரி பெண்களோட கால்ல புருஷர்கள் நடமாடற நாட்கள் இது. உத்யோகம், உணர்வுகள் எல்லாமே இதுல அடங்கும். ஒரு மாதிரி பொம்மலாட்டம் மாதிரிதான் வாழ்க்கை இப்ப என் கையில உள்ள கயிறு நாளைக்கு பாரதி கைக்கு மாறப்போகுது. பாரதி மட்டும் உன்னை ஆட்டி வைச்சா தேவலை. அதுல எனக்கு சந்தோஷம் தான். ஆனா அவ இடுப்புலேயும் ஒரு கயிறு கட்டப்பட்டிருக்கு. அதோட மறுமுனை அவங்கம்மா கையில இருக்கு. மறைமுகமாக நீயும் மாமியார் கன்ட்ரோல்ல வர்ற. உனக்கு இதுல விருப்பமா தம்பீ!”

“நிச்சயமாக இல்லைமா!”

“அப்படியானா ஜாக்ரதையா நடந்துகோ. நமக்குத் தேவை கன்னுக்குட்டி தான். பசுவா இந்த வீட்ல நான் மட்டும் இருந்தா போதும். புரிஞ்சுதா கிரி உனக்கு?”

கிரிக்குத் தலை சுழன்றது அதிவேகமாக.

***

# 20

"அம்மா, பாரதிக்குக் கல்யாணம் நிச்சயமாயாச்சு!" உள்ளே நுழைந்ததும் ஒரே மூச்சில் சொன்னாள் கல்பனா.

"அடி ஆத்தி! நிசமாவா? யாரவன்?"

"இரு, இப்பவே வாயைப் பொளக்காதே. இன்னும் விஷயம் இருக்கு. கேட்டா உன் மூச்சு நின்னுரும்."

"என்னாடீ அது?"

"ஒரு லட்ச ரூபா தன் சேமிப்புலேருந்து அவங்கம்மாளுக்குத் தெரியாம கொடுத்து அந்தப் பையனே கல்யாணம் நடத்தறான், பாரேன். இன்கம்டாக்ஸ்ல அவனுக்குப் பெரிய வேலை வேறே..."

"நரி மூஞ்சில முளிச்சிருக்காடீ உன் நாத்தனார். எப்ப நிச்சயதார்த்தம்?"

"முடிஞ்சாச்சு! நரி மூஞ்சி இல்லைமா, கிரி மூஞ்சி!"

"எங்களைக் கூப்பிடலை?"

"எளிமையா நடக்கணும்னு அந்த கிரி சொல்லிட்டதால, நாங்க மட்டும் போய் நடத்திட்டு வந்திட்டம்."

"எப்பக் கல்யாணம்?"

"வர்ற எட்டாம் தேதி. இன்னும் முழுசா ஒரு மாசம்கூட இல்லை."

"எப்படியோ உனக்கு சனிவிட்டுது உனக்குச் செலவு எதுவும் இல்லைதானே?"

"செலவு இல்லை. ஆனா வரவு இருக்கே!"

"வரவா? ஓ... சம்மந்தி சீரைச் சொல்றியா?"

"அடப்போம்மா! நான் அதைச் சொல்லலை. நான் வரவுனு சொன்னது மாமியார் கிளவியை!"

"புரியலை"

"உனக்கு ஆட்டு மூளையாச்சே! அவசரமா வேலை செய்யுமே! என்னாச்சு இன்னிக்கு? பாரதி கல்யாணம் முடிஞ்சு போயிட்டா, கிளவி இங்கதானே வருவா. என்னை விட்டா ஏது நாதி?"

"அட அம்மா... அது தோணலை பாரு எனக்கு!"

"அதான் வரவுன்னேன்."

"வந்துட்டு போகட்டுமே!"

"என்னம்மா நீ? சுத்த தத்தியா இருக்கியே! வந்துட்டா ஆச்சா? சும்மா ஒரு மூலைல இருப்பாளா கிளவி?"

"ஏன்? என்ன செய்வா?"

"அம்மாவைப் பாக்க பொறந்த வீட்டுக்கு மக வரமாட்டாளா?"

"பொறந்த வீடென்ன தொறந்தவீடா? நாயாட்டம் உள்ளே நுழைய? கிளவிக்கு நீ சோறு போடறதே அதிகம்."

"அம்மா! கொஞ்சம் ப்ராக்டிகலா பேசு. எனக்குப் பிரச்சினை ஓயலை. இனிமேதான் ஆரம்பமாகப் போகுது!"

"அக்கா, ஒரு நிமிஷம் நான் உள்ளே வரலாமா?"

"என்னடா?"

"பொறந்த வீடெல்லாம் தொறந்த வீடுன்னா உன்னைவிட அம்சமான நாய் இந்த பூமில உண்டா?"

"அம்மா... பாரம்மா இவனை! என்னை நாய்ங்கறான்."

"எழுந்து போடா ஏடாகூடம்!"

"அம்மா! இதப்பாரு... நீ தாயா இருக்கறதே தப்பு. ஒரு கட்சிக்குத் தலைவியா இருக்கக்கூடிய தகுதி உனக்கு முழுமையா இருக்கு. அப்பப்ப அறிக்கை விட்டுட்டே நாட்களை ஓட்டினா, உன்னை நம்பி நாக்கைத் தொங்கப் போட்டுட்டு ஓடிவர ஜனங்கள் நாட்ல நிறைய உண்டு. ஒரு குடும்பத்தை வாழவிட உன்னால முடியலைனாலும் கெடுக்காம இருக்ககூடாதா?"

தம்பி போய்விட்டான்.

"அவன் கிடக்கான்! நீ சொல்லு கண்ணு!"

"கிளவியை இந்தப் பக்கம் அண்ட விடாம செய்ய ஏதாவதொரு வழி சொல்லும்மா. மக கழுத்துல மாங்கல்யம் ஏறிட்டா, கிளவி என் வீட்ல பசை போட்ட மாதிரி ஒட்டிக்கு வா. எப்படி கிளப்பறது?"

"ம்... யோசிக்கணும். வளர்ந்து மரமாயிட்டா வெட்டறது கஷ்டம். வேரைத் தேடிப் பிடிச்சு வெட்டிரணும்."

"புரியலை..."

"சரி, சாயங்காலம்தானே போவே? அதுக்குள்ள வழி சொல்றேன். நீ எண்ணெய் தேய்ச்சுக் குளிக்கறதே இல்லையா? கண்ணெல்லாம் பொங்கியிருக்கு. லட்சுமி! வென்னீர் போடு. வா கண்ணு! உன் தலைக்கு நான் எண்ணெய் வச்சுவிடறேன்... பொறந்த வீட்லதான் பொண்ணுங்களுக்கு இதெல்லாம் முடியுது..."

"ஏன் புது பட்ஜெட்ல புருஷன் வீடுகளுக்கெல்லாம் எண்ணெய் தரக்கூடாதுனு ஏதாவது உத்தரவா?" தம்பியின் குரல் மட்டும் எங்கிருந்தோ வந்தது.

கல்பனாவின் அண்ணி லட்சுமி பாய்லரைப் பற்ற வைத்தாள். தம்பி பின்னால் வந்தான்.

"அண்ணி..."

"என்ன தம்பி?"

"வருஷத்துல நாலஞ்சு வார்த்தைகள்தான் பேசறதுன்னு ஏதாவது வரம் வாங்கிட்டு வந்திருக்கீங்களா?"

லட்சுமி சிரித்தாள்.

"எங்கக்காவால ஒரு நல்ல மருமகளா, தன் புருஷன் வீட்ல வாழ முடியலை. எங்கம்மா வாழ விடலை. தன் மாமியாரை எப்படி வரவிடாம தடுக்கலாம்? அல்லது அப்படியே வந்துட்டா எப்படி விரட்டலாம்னு யோசனை கேக்க எங்கக்கா தன் பிறந்த வீட்டுக்கு வந்திருக்காங்க. நீங்களும் உங்க பிறந்த வீட்டுக்குப் போய், எங்கம்மாவை இங்கேயிருந்து விரட்ட உங்கம்மாகிட்ட யோசனை கேக்கக் கூடாதா அண்ணி?"

"தம்பி!" லட்சுமி பதறினாள்.

"ஏன் பதட்டம்? உங்களை மாதிரி அப்பாவி மருமகள் அதிர்ஷ்டவசமா கிடைச்சதாலதான் அம்மாவோட ஆர்ப்பாட்டம் நாளுக்கு நாள் கூடுது. நீங்க மனசுவச்சா மட்டும் அண்ணி இதுக்கொரு முடிவு!"

"நான் மட்டும் நடந்தா எப்ப ஊர்ப்போய்ச் சேரமுடியும் தம்பீ? பெண் தனியா தாலியை சுமந்துட்டு பயணம் போக முடியுமா? ரெண்டு கை மோதினாத்தானே ஓசை?"

"ஏன், அண்ணன் இல்லையா?"

"நான் மட்டும் நடக்க முடியுமானு கேட்டது உங்களுக்குப் புரியலையா? உங்கண்ணாருக்கு கால்களே இல்லையே தம்பி. அப்பா, அம்மா கால்ல நடக்கற அவரால என் பாதைல எப்படி பயணம் செய்ய முடியும்?"

அதிர்ச்சியுடன் பார்த்தான் வாசு.

"உங்கத்தான் கல்பனாவோட கால்ல நடக்கறார் உங்கண்ணன் அம்மா கால்ல நடக்கறார். அங்கே மனைவி, இங்கே தாய், உறவுகள்தான் மாறுதேயொழிய கால்கள் பொய்க் கால்கள்தான்."

"நிஜக்கால்களே ஆண்களுக்கு இல்லையா அண்ணி?"

"பலபேருக்கு இல்லைதான் தம்பி. இருக்கற ஒரு சில பேருக்கு சரியா நடக்கத் தெரியலை"

"அத்தானோட, இருக்கற காலை இல்லாம செய்ய எங்கக்காவால முடிஞ்சிருக்கு. அண்ணனுக்கு ஒடிஞ்ச காலை ஒட்ட வைக்க உங்களால முடியாதா அண்ணி?"

"புரியலை!"

"ஸாரி அண்ணி! உங்கிட்ட நான் கேட்க்கூடாது கேள்விதான். மன்னிச்சிருங்க. ஆனாலும் கேக்கறேன்."

"கேளுங்க தம்பி?"

"நீங்க பொம்பளைதானே?"

"தம்பீ!"

"எல்லா பொம்பளைங்களுக்கும் உள்ள சங்கதிகள் எல்லாம் உங்க உடம்புலேயும் இருக்குதுதானே?"

"அது வந்து..."

"அக்கா எதை அரிவாளா உபயோகிச்சு அத்தான் காலை ஒடிச்சாளோ, அதையே பசையா உபயோகிச்சு அண்ணனோட ஒடிஞ்ச காலை ஒட்ட வைக்க முடியாதா உங்களால? என்ன அண்ணி நீங்க? அம்பத்தெட்டு வயசு அப்பாவுக்கே அர்த்தராத்திரில அம்மா வேண்டியிருக்கு. அண்ணனை வசியம் பண்ண முடியலைனா, நிஜமாவே நீங்க பொம்பளைதானான்னு சந்தேகப்படாம இருக்க முடியுமா நான்?"

"தம்பி!"

"சொல்லுங்க அண்ணி!"

"உடம்பைக் காட்டி ஆண்களைக் கட்டிப்போடறவளுக்குப் பேரு வேசி."

"மனைவிகூட படுக்கையில தாசியா இருக்கணும்னு தமிழ் சொல்லுது அண்ணி!"

"தமிழ்ல இப்படியொரு பாட்டு உண்டு தம்பி...

"மாலையிட்ட நேரம் தொட்டு மனைவி யாகினேன்
மடியில் வைத்துக் கொஞ்சும்போது அன்னையாகினேன்.
சேவை செய்யும் வேளையிலே தாதி யாகினேன்.
இரவினிலே தனிமையிலே துணைவியாகினேன்!"

அப்படீன்னு... நான் உங்கண்ணாவுக்கு வெறும் துணையா இருந்தாப் போதும். சாகசங்கள், எதையும் மீட்டுத் தர்றதில்லை தம்பி. கணவனுக்கு விட்டுக் கொடுத்து வாழற வாழ்க்கைல சுகம் இருக்குனு நான் நம்பறேன். அம்மில காலை எடுத்து வச்சப்ப மட்டும் கணவன், மனைவி காலைத் தொட்டாப் போதும் காலம் முழுக்க காலடில கிடக்கணும்னு நான் விரும்பலை."

"விட்டுக் கொடுத்ததால வீதில நின்ன நளாயினியைப் புராணம் சொல்லுது அண்ணி. பாஞ்சாலியை வச்சு சூதாடினதும் அவள் கணவன்தான்!"

"அவள் தன் கணவனுக்கு, அவன் சொல்லுக்குக் கட்டுப்பட்டதாலதான் அவிழ்ந்த கூந்தல்ல ரத்தம் தடவி முடிய முடிஞ்சுது. உன் சூதாட்டம் என்னைக் கட்டுப்படுத்தாதுன்னு விட்டு நடந்திருந்தா, இதிகாச அந்தஸ்த்தை இழந்திருப்பா... கணவன் சாவுக்கு காரணமா இருந்த கைகேயியை அவள் மகன்கூட மன்னிக்கலை... இதுவும் இதிகாசம் தான்..."

“அண்ணி என்னால உங்களை ஜெயிக்க முடியலை. ஆனா உங்களால வாழ்க்கையை ஜெயிக்க முடியலை பார்த்தீங்களா.”

“புருஷன்கிட்ட தோத்துப்போற பெண் வாழ்க்கைல ஜெயிச்சிறா தம்பி! என்னை மன்னிச்சிருங்க.”

“அண்ணி?”

“சொல்லுங்க தம்பி!”

“அடுத்த ஜென்மத்துல நீங்க எனக்கு அம்மாவா வரணும்னு நான் ஆசைப்படறேன்.”

கண்கள் சட்டென கலங்க அவளைக் கைகூப்பித் தொழுதான் வாசு.

“லட்சுமி வென்னீர் ரெடியா?”

“இதோ அத்தை! கல்பனாவை வரச்சொல்லுங்க...”

லட்சுமி சுறுசுறுவென இயங்கத் தொடங்கிவிட்டாள். வாசு அவளை பிரமிப்புடன் பார்த்துக் கொண்டே அங்கிருந்து நகர்ந்தான்.

சட்டென மோதிக் கொண்டான் நிமிர்ந்தான்.

எதிரே அண்ணன்.

“அ...அண்ணா நீயா? நீ எப்ப வந்தே?”

“அப்பவே வந்துட்டேன். நீ உன் அண்ணிகூட பேசத் தொடங்கின நிமிஷத்துல வந்துட்டேன்.”

“எல்லாம் கேட்டியா அண்ணா? கீதோபதேசம் கேட்ட அர்ஜுனன் நிலைல இப்ப நானிருக்கேன் அண்ணா. உன்னைப் பார்த்தா எனக்குப் பொறாமையா இருக்கு. இத்தனை உத்தமமான ஒருத்தி உனக்கு மனைவியா வாய்ச்சது எப்படி? இந்த தெய்வம் சாத்தான்கள் மத்தில குடியிருக்கணுமா? அந்தக் குற்றத்தை நீ செய்யணுமா? நீ நினைச்சா இதை மாற்ற முடியாதா? சொல்லண்ணா?”

"இரணியன் மகன் பிரகலாதன். அவன் எண்ணங்கள் வேற இருந்தாலும், தகப்பனோட தவறு தெரிஞ்சிருந்தாலும் தண்டிக்க முடிஞ்சுதா? செஞ்சோற்று கடனுக்காக அநீதியின் அவதாரமான துரியோதன் கூடத்தானே கர்ணன் வாழ வேண்டி வந்தது. வாசு... ஒண்ணெ நீ புரிஞ்சுக்கணும். மனைவி தெய்வத்தோட அம்சமாவே இருக்கலாம். பெத்த வங்க கொடூரமானவங்களாக கூட மாறலாம். என்னை இந்த பூமில விதைச்ச அந்த ரெண்ட பேரையும் நான் விலக்கக்கூடாது. விலக்க முடியாது. இது உனக்குப் புரியலை. என் லட்சுமிக்குப் புரிஞ்சிருக்கு. அதனாலதான் அவ சகிச்சுக்கறா..."

உள்ளே நின்ற லட்சுமியின் கண்களை, கண்ணீர் ஆக்ரமித்துக் கொண்டது.

***

# 21

கல்யாணத் தேதிகூடக் குறித்தாகிவிட்டது. இன்னும் இரண்டு வாரங்களே இருந்தன.

அன்று காலை கிரி போன் செய்தான் பாரதிக்கு.

"சொல்லுங்க கிரி!"

"நாளைக்கு லீவு போடு. ரெண்டு பேரும் கோல்டன் பீச் போறம்!"

"அய்யோ... கல்யாணத்துக்கு முன்னால அதெல்லாம் வேண்டாம் கிரி!"

"உன்னை நான் ரொமான்சுக்காகக் கூப்பிடலை பாரதி. அந்தப் பணத்தை நான் தர வேண்டாமா? அது உள்ளூர்ல வேண்டாமேன்னு பார்க்கறேன். உங்கம்மாவையும் வேணும்னா கூட்டிட்டு வாயேன். அப்படியே ஒரே நாள்ல பர்சேஸையும் முடிச்சிரலாம். என்ன பாரதி?"

"சரி?"

தன் கையிலிருந்த பணத்தில் அழைப்பிதழ் மட்டுமே அடிக்க முடிந்தது அவளால்.

மறுநாள் அம்மாவையும் அழைத்துக் கொண்டு பிரதான பேருந்து நிலையத்துக்குப் போனாள்.

கிரி, ஒரு வேனுடன் வந்து நின்றான். இருவரும் ஏறிக்கொள்ள, புறப்பட்டது.

கோல்டன் பீச் போய்ச் சேர

“இதுக்காக இத்தனை தூரம் வரணுமா கிரி?”

“தெரிந்த கண்கள் எதிலும் பட வேண்டாமேன்னுதான் பாரதி!”

“எனக்கு ஒரு மாதிரி குற்ற உணர்ச்சிவருது கிரி!”

“ஏன்?”

“உங்கம்மாவை இப்படி ஏமாத்தறது சரியில்லை!”

“நான் அப்படி நினைக்கலை பாரதி எல்லோரையும் திருப்திப்படுத்த சில சமயம் நாடகம் ஆடத்தான் வேண்டியிரக்கு. என்ன செய்ய? போகட்டும்... நீங்க சொல்லுங்கம்மா! எத்தனை தேவைப்படும் பணம்?”

“தம்பி!”

“எங்கம்மா போட்ட பட்டியல திருப்திகரமா நிறைவேற்ற எத்தனை தேவைப்படும். கணக்கு போடு பாரதி!”

பாரதி போட்டாள்.

ஒன்றுவிடாமல் கணக்கு போட்டதில் ஒரு லட்சத்தி இருபதாயிரம் வரை வந்தது.

“அட அஞ்சாயிரம் இருக்கட்டும் இதுல ஒண்ணேகால் லட்சம் இருக்கு எண்ணிப்பாரு பாரதி.”

பாரதியின் கை நடுங்கியது, அதை வாங்கும்போது.

“கிரி!”

“சொல்லு பாரதி!”

“இத்தனை காஸ்ட்லியா ஒரு பொய் அவசியம்தானா?”

“வேற வழி? இதபாருபாரதி... எங்கம்மாவோட சில ஆசைகள், பல எண்ணங்கள் அத்தனை நேரா இல்லைனு எனக்குத் தெரியுது. ஸோ வாட்? அவ என்னைப் பெத்தவ

இல்லையா? சுமந்து, பெத்து, இத்தனை உயரம் என்னைக் கொண்டுவர அவ அனுபவிச்ச வலி அதிகமில்லையா? அதுக்குப் பதிலா என்ன தர முடியும் என்னால? அன்பைத் தான். என் பிள்ளை என் சொல்லுக்குக் கட்டுப்பட்வன்னு அவங்க மனசுல வளர்ந்திருக்கற எண்ணம் கொஞ்சம் அதிகப்படிதான். ஆனாலும் காயம்பட்ட மனசுக்கு அது மருந்து பாரதி. நான் வாழற காலம் முழுக்க அவங்க வாழவா போறாங்க? அந்தத் தாயோட ஆசைக்கு நான் தலைவணங்கினா தப்பா பாரதி?''

பாரதியின் அம்மாவிடமிருந்து ஒரு விசும்பல் புறப்பட்டது.

''அம்மா... நான் எதுவும் தாப்பா பேசிட்டனா?''

''இல்லை தம்பி. உன்னைப் பெத்தவ புண்ணிய ஆத்மா. நானும் ஒண்ணு பெத்தேனே... பாவி!''

''அம்மா...!'' பாரதி அடிக்குரலில் மிரட்டினாள்.

''நீங்க சொல்லுங்க கிரி!''

''உன்னைப் போல அனுசரணையா இதமா வாழக்கூடியெ ஒரு பெண் மனைவியா அமைஞ்சா அது பாக்கியம். என்னைப் பெத்தவளும் நிம்மதியா இருக்கலாம். நானும் சந்தோஷப்படலாம். ஆயுள் முழுக்க அமையப்போற சந்தோஷத்துக்கு இந்த ஒண்ணேகால் லட்சம் விலையா இருக்குமானா, அப்படி ஒண்ணும் அது காஸ்ட்லி இல்லை பாரதி!''

''இதைச் சேமிக்க எத்தனை வருஷமாச்சு உங்களுக்கு?''

''விடு பாரதி! நல்ல வாழ்க்கையைச் சேமிக்க இந்தத் தொகை பயன்பட்டுதேன்னு பெருமைப்படு!''

அம்மா கண்களைத் துடைத்துக் கொண்டாள்.

''தம்பி!''

''சொல்லுங்கம்மா!''

"என் பிள்ளை பற்றி உங்களுக்குத் தெரியும். அவனால சல்லிக்காசு தர முடியாது. நீங்க இதைத் தந்தா சொல்லவும் கூடாது வெளியில. பாரதியால தனிப்பட்ட முறையில ஒண்ணேகால் லட்சம் புரட்ட முடியும்னு சொன்னா, இந்த உலகம் நம்புமா தம்பி?"

"அம்மா!"

"அது மட்டுமல்ல. ஒரு பெண் இத்தனை பெரிய தொகையைப் புரட்டினதாச் சொன்னா, அவளை ஒரு மாதிரி பார்க்கமாட்டாங்களா?"

"அப்படி ஒண்ணு இருக்கோ?"

"ஆமாம் தம்பி!"

"எங்கம்மாவைப் பொறுத்தவரை உங்க பிள்ளை செஞ்சதாச் சொல்லிருங்க. அவர்கிட்டேயும் அதைச் சொல்லிவச்சிருங்க!"

"சரி! ரவி கேட்டா?" அம்மா.

"அவனுக்குக் கேட்க வேற யோக்யதை இருக்கா?" பாரதி சீறினாள்.

"யோக்யதை இருக்கோ, இல்லையோ? உன்னை கன்னிகாதானம் செஞ்சு தரப் போறவன் அவன்தானேம்மா?"

"ஏன் பாரதி... உங்க ஆபீஸ்ல ஒரு ஜெண்டில்மேன் இருக்காரே... தட் சிவகுமார். அவர் உனக்கு உதவினதாச் சொல்லிரேன்!"

பாரதி நிமிர்ந்து உட்கார்ந்தாள்.

"இது நல்ல ஐடியாதான். ஆனா அவர்கிட்ட விவரங்களைச் சொல்லணும்!"

"நீ, ஏற்கெனவே சொல்லியிருக்கியே பாரதி!"

"மறுபடியும் பொய்களுக்குப் பட்டுத் திரை!"

"அதுக்குப் பேருதான் வாழ்க்கை. புறப்படலாமா?"

"இன்னொண்ணு கிரி!"

"சொல்லு!"

பாரதி சற்று தயங்னாள்.

"பரவால்லை பாரதி, சொல்லு!"

"எங்கம்மா...!"

"உங்கம்மா?"

"நம்ம கல்யாணம் முடிஞ்சு பின்னால நம்மோட இருக்கலாமா கிரி?"

கிரியின் முகம் சட்டெனக் கறுத்தது. உணர்வுகளைத் துப்புரவாகத் தொலைத்துவிட்டு இருண்டது.

அம்மா அதைக் கவனித்து விட்டாள்.

"பாரதி... என்ன உளர்ற? நான் எதுக்கு உன்கூட இருக்கணும்? எனக்குப் பிள்ளை இல்லையா?"

"ஏம்மா வீண் ஜம்பம்? உன்னால ஒரு நொடிகூட அந்த வீட்ல நிம்மதியா இருக்க முடியாது. அண்ணி உன்னை இருக்க விடமாட்டா. கிரி என்ன அந்நியரா? அவர்கிட்ட மனசைத் திறந்து பேசினா என்ன தப்பு? என்ன கிரி?"

அவன், தன் முகத்தை வேறுபுறம் திருப்பிக் கொண்டான்.

'என்ன பதில் சொல்வது இவளுக்கு? உன் தாய் வரக்கூடாது. அவர் வருவதை, என்னைப் பெற்றவள் விரும்பவில்லை என்று சொல்லலாமா? சொல்ல முடியுமா? ஆனால் சொல்லித்தான் ஆக வேண்டும்! நிம்மதியான வாழ்வுக்கு விலைதானே இந்த ஒண்ணேகால் லட்சம். மறுபடியும் அமைதி அழிந்து போகுமா?' கிரி ஒரு மாதிரி நெளிந்தான். பாரதியைப் பார்த்து மெல்லச் சிரித்தான்.

"போலாமா பாரதி?"

தன் கேள்விக்கு அவன் பதில் பேசாதது பாரதியை மெலிதாக பாதித்தது.

எழுந்து கொண்டான் கிரி. இருவரும் பின் தொடர்ந்தார்கள். வேனில் ஏறியதும், "டவுன் வந்ததும் நான் இறங்கிக்கறேன் பாரதி. எல்லா பர்சேஸையும் இன்னிக்கே முடிச்சிருங்க. வேனுக்கு நான் பணம் தந்தாச்சு!"

அதற்குமேல் அவன் எதுவும் பேசவில்லை.

"டவுன் வந்ததும் அவன் இறங்கிக் கொண்டான். பாரதி நான் வர்றேன். அம்மா நான் வரட்டுமா? டிரைவர், அவங்க சொல்ற இடத்துக்கெல்லாம் கூட்டிட்டுப் போ!" கிரி போய்விட்டான்.

"எங்கம்மா போகணும்?" டிரைவர் கேட்டான்.

"தங்கமாளிகை போப்பா!"

அம்மா சொன்னாள்.

"எந்த ஆண்பிள்ளையாலும் முடியாது பாரதி!"

"ஏன் முடியாது?"

"நல்ல குணமுள்ள தாயா இருந்தாலே, தன் சம்பந்தி நாலு நாள் வந்து தன் வீட்ல, தங்கினா அதைப் பொறுத்துக்க முடியாது இந்தம்மா ஏற்கெனவே எடக்கு முடக்கானவங்க. நான் ஒர அனாதை, வக்கில்லாதவ... காலம் முழுக்க மகள் வீட்ல வந்து தங்கினா, எப்படிம்மா அவங்களால அதைத் தாங்கிக்க முடியும்?"

"அம்மா?"

"உனக்கும் பிள்ளையில்லையா உள்ளுர்லன்னு ஒரு கேள்வி வரத்தானே செய்யும்?"

"அவன்தான் சரியில்லையே!"

"அப்படிச் சொன்னா யாரும்மா ஒப்புக்குவாங்க. அதனாலதான் உன் சங்கடமான கேள்விக்கு அந்தப் பிள்ளையால பதில் சொல்ல முடியலை!"

"அவருக்கு அவங்க தாய்ங்கற மாதிரி எனக்கு நீ தாய் இல்லையா? நானும் சம்பதிக்லையா? என்னைப் பெற்று இத்தனை உயரத்துக்குக் கொண்டு வந்தது நீதானே? மனுஷனுக்கு மனுஷன் நியாயம் வித்தியாசப்படுமாம்மா?"

"அதுதான் இயற்கை பாரதி. நீ சம்பாதிக்கலாம். ஆனா தாலி கழுத்துல ஏறிட்டா, உன் பணம் உனக்கே சொந்தமில்லைமா! அப்புறம் நான் யாரு நடுவுல?"

"இதென்ன நியாயம்? இந்தக் கல்யாணம் வேண்டாம் எனக்கு. கிரி தந்த இந்தப் பணத்துல எல்லாம் நடந்துட்டா, தெரிஞ்சோ தெரியாமலோ ஒரு வகையில நான் அவருக்குக் கட்டுப்பட வேண்டிய நிர்ப்பந்தம் வருதேம்மா. ஒண்ணே கால் லட்சம் கொடுத்து என்னை விலைக்கு வாங்கியிருக்கார் கிரி. காலகண்டன் வீட்ல வாழந்த சந்திரமதியோட நிலைமை தான் எனக்கும். எப்படி எதிர்க்க முடியும் என்னால? சொல்லும்மா!"

"உதாரணம் ஆபாசமா இருக்கு. கிரி காலகண்டனும் இல்லை. நீ சந்தரமதியும் இல்லை. நமக்கு அந்தப் பிள்ளை உதவி செஞ்சிருக்கு."

"ஆனா அவங்கம்மாவை அவர் எதிர்க்க முடியாது!"

"வேண்டாம் பாரதி, எதிர்க்க வேண்டாம். ரவிகள் மாதிரி கோழைகள் வாழற பூமியில கிரிகள் வாழட்டும். கேட்கவே ஆறுதலா இருக்கு!"

"கிரிகளும் வேறு வகைக் கோழைகள்தாம்மா!"

"தேவலை. நீ அனுசரிச்சுப்போ அடக்குமுறையை உன் அன்பால ஜெயிக்கப்பாரு உன்னால அது முடியும்மா பாரதி. ஏன்னா, நீ நான் பெத்த மகள்."

"அம்மா!"

"ஆமாம் கண்ணு! நான் உதிரப்போற சருகு நீ மணம் வீசப்போற புஷ்பம். எனக்காக, என் நிம்மதிக்காக உன்

வாழ்க்கையை அடகு வைக்கப் கூடாதும்மா. ரவிக்கு என்னைக் காப்பாத்தற கடமை உண்டு. கல்பனாவை நான் எதிர்த்தாத்தானே பிரச்சினை? அவ சொல்படி நான் நடந்துட்டுப் போறேன். எனக்கு இனிமே என்ன வேணும்? மானம் மறைக்க ஒரு சேலை... பசிக்கிற வயித்துக்கு ஒரு பிடிச்சோறு. அதைத் தர நிச்சயம் ரவியால முடியும். பின்ன என்ன பாரதி?''

''ஏம்மா, தாய்க்குத்தாய் இந்த பூமியில வித்தியாசப்படுது? அண்ணியோட அம்மா அகங்காரி... கிரியோட அம்மா ஆணவம் பிடிச்சவங்க உனக்கு மட்டும் எப்படிம்மா இந்த நிலை?''

''காரணம் நான் பணமில்லாத அம்மா!''

***

# 22

ரவி முக்கியமான ஃபைல்களில் கையெழுத்திட்டுக் கொண்டிருந்தான்.

இன்டர்காம் ஒலித்தது...

''யாரும்மா?''

''மிஸ் பாரதி, உங்களைப் பார்க்க வந்திருக்காங்க!''

ரவிக்கு லேசாக வியர்த்தது. ''கல்யாணத்துக்கு இன்னும இரண்டே வாரங்கள்... என்ன பிரச்சினை, பாரதிக்கு? என்னைத் தேடிவரக் காரணம்?''

ஸ்டெனோவை அனுப்பி, பாரதியை அனுப்பச் சொன்னான்.

உள்ளே நுழைந்தாள் பாரதி...

''வா பாரதி!''

''உன்னால கொஞ்சநேரம் எனக்காக ஒதுக்க முடியுமா அண்ணா?''

''பாரதி நான்...''

''பயப்படாதே! பணம் கேட்க வரலை நான். ஏற்பாடு செஞ்சாச்சுனு உனக்குத்தான் தெரியுமே. நான் பேசவந்த விஷயம் வேற!''

''சொல்லு பாரதி!'' இன்டார்காமை எடுத்து யாரையும் அனுப்ப வேண்டாம் என்று உத்தரவிட்டான்.

''ம்...''

“நான் மனசுவிட்டுப் பேச வந்திருக்கேன். இப்ப நான் பேச முடியலைனா, இனி பேசவே முடியாது. இன்னும் இரண்டு வாரத்துல நான் மிஸஸ் கிரி. அப்புறம் என்னால பேசக்கூடமுடியாது.”

“பீடிகை வேண்டாம், சொல்லு!”

“என் கல்யாணம் முடிஞ்சிட்டா, அம்மா உன்கிட்ட நிரந்தரமா தங்க வேண்டிவரும்.”

“அது எனக்குத் தெரியும் பாரதி.”

“அம்மா ஒரு இருதய நோயாளி. எந்த ஒரு வருத்தமும், துக்கமும் அம்மாவை பலமா பாதிச்சிரும்!”

“ம்.... !”

“நான் இந்தக் கல்யாணத்தை மறுத்துட்டா, அதுவே அம்மா உயிருக்கு எமனா ஆயிரக்கூடாதுன்னுதான் நான் இதுக்கு சம்மதிக்கிறேன்!”

“ம்...!”

“என்னை மன்னிச்சிரு அண்ணா. யாரையும் குற்றம் சொல்றது என் நோக்கமில்லை. எனக்கந்த ஆசையும் இல்லை. ஆனாலும் நான் பேச வேண்டிய நிர்பந்தம் இப்ப வந்திருக்கு!”

அவள் என்ன சொல்லப் போகிறாள் என்று ரவிக்குப் புரிந்தது.

குற்ற உணர்வுடன் முகத்தை வேறுபுறம் திருப்பிக்கொண்டான்.

பாரதி தண்ணீரை எடுத்துக் குடித்தாள்.

“அண்ணிக்கு நிரந்தரமா அம்மா தன்கூட இருக்கறது நிச்சயமா பிடிக்காது!”

“கல்பனா அப்படி சொல்லலை பாரதி!”

“ப்ளீஸ் அண்ணா... என்னைப் பேச விடு!”

“சரி, சொல்லு!”

"நீயோ, நானோ மறுத்தாலும் நிஜம் அதுதான். உனக்குனு நேற்று வரைக்கும் இருந்த ஒரே பாரம் நான் தான். அதுவும் இப்ப இல்லை. உன்னைத் தொந்தரவு செய்யாம நான் விலகியாச்சு, கிரியோட புண்ணியத்துல. இனி அம்மாதான் உனக்கு பாரம்!"

"நான் அப்படி சொல்லலை பாரதி!"

"ஆனா அண்ணி சொல்ல வைப்பாங்க. அம்மா நிம்மதியை குலைக்க அண்ணிக்குத் தெரியலைனாலும் சொல்லிக் குடுக்க கௌரவ ஆலோசகர்கள் நிறைய உண்டு!"

"எதுக்கு பாரதி அவங்களை இழுக்கற?"

"பார்த்தியா? உனக்கே நான் பேசறது பிடிக்கலை. இது நியாயமில்லை அண்ணா. அண்ணியை நீ ஆதரி. அது நியாயம். ஆனா அம்மாவை விடவா மாமியார் உனக்கு முக்கியம்? என்னை ஏத்துக்க ஒரு லட்சத்துக்கு மேல தந்த கிரிகூட, தன் தாயின் விருப்பத்தை நிராகரிக்கலை. அண்ணியோட பிறந்த வீட்ல அவங்கம்மா கொடிதான் பறக்குது. நம்மைப் பெத்தவளுக்கு மட்டும் ஏண்ணா இந்த நிலை? பணம் இல்லைனா? வேணும்னா கிரிகிட்டச் சொல்லி, அம்மா பேர்ல ஒரு பெரிய தொகையை பேங்கில போடச் சொல்லட்டுமா?"

ரவியின் முகம் சிவந்தது சட்டென.

"என்னை அவமானப்படுத்தத்தான் இப்ப வந்திருக்கியா பாரதி நீ?"

"நான் அப்படி நினைக்கலை அண்ணா!"

"பெத்த தாய்க்கு ஒரு பிடி சோறு போடக்கூட வக்கில்லாத பிள்ளைனு என்னை நினைச்சியா பாரதி?"

"சோறு பெரிசில்லை அண்ணா. நாலு வீட்ல பத்துப் பாத்திரம் தேச்சா, பசிக்குச் சோறு... அன்பையும், ஆதரவையும் நீ குடு அம்மாவுக்கு. அப்பாவையும் இழந்த நம்மை ஆளாக்க அம்மா பட்ட கவலை உனக்குப் புரியாதா அண்ணா? மூணு

வயசு வரைக்கும் தரைல போட்டா நீ தூங்கமாட்டேனு தன் மடில போட்டுட்டு விடிய விடிய உட்கார்நதவளாச்சே நம்ம அம்மா. நீ காலேஜ் படிக்கும் போது ஸ்கூட்டர்ல இருந்து விழுந்து கணுக்கால்ல சின்னதா காயம்பட, அம்மா அதுக்காக ஆறுமாசம் அழுததை நீ மறந்துட்டியா?''

''பாரதி, இதெல்லாம் எனக்குத் தெரியாதா?''

''தெரிஞ்சா, இதையெல்லாம் நீ உணர்ந்தா, அதை இனிவர்ற நாள்ள நீ செயல்படுத்தணும்!''

''பாரதி!''

''உன் குரல் உயருதுன்னா, அண்ணிக்கு பயம் வரும். அண்ணியைப் பூவாட்டம் வச்சுக்க. அது அவசியம் தான். அவங்க பிறந்த வீட்டு மனுஷங்களை நாலடி தள்ளி நிறுத்து. நல்லது, கெட்டதுக்கு அவங்களும் வேணும்தான். அதுக்காக அவங்க சொல்ற 'நல்லது' எல்லாம் மத்தவங்களுக்கு 'கெட்டதா' முடிஞ்சிரக் கூடாது பாரு!''

''.....''

''உன் வருமானத்துல அமோகமா குடித்தனம் பண்ணலாம். முடியும். அதை நீ நடத்து. அல்லது நீயும், அண்ணியும் மட்டும் யோசிச்சு நடத்துங்க. ஒரு ஆண்பிள்ளை குடித்தனம் பண்ணும்போது தாயும் சரி, மனைவியும் சரி ஒரு எல்லைவரைக்கும்தான் அனுமதிப்படலாம். பெண் குடித்தனம் செய்ய அரம்பிச்சா, ஆணுக்குத் தெரியாம, அல்லது வரவுசெலவுக் கணக்குகளை அவனுக்குச் சொல்லாம நடத்த அரம்பிச்சா, அது தாயோ, மனைவியோ யாரா இருந்தாலும் நிச்சயம் அந்தக் குடும்பம் தறிகெட்டுத்தான் போகும். இல்லைங்கற புலம்பல் பெண்கிட்ட அதிகமா வரும். கேள்வி கேட்ட ஆண்கிட்ட ஆத்திரம் தலையெடுக்கும். அவனுக்கு வேண்டியதைத் தந்து ஒரு சுகமான போதைக்குள்ள அவனை இருக்கச் சொல்லும். அது நியாயமா?''

"பாரதி என்னைக் குழப்பாதே!"

"இல்லைண்ணா நீ தெளியணும்னு நான் ஆசைப்படறேன். உன் அதிகாரம் கைவிட்டுப் போனா, எதிர்காலத்துல உன் மகளுக்கே உன்கிட்ட மரியாதை குறையும். 'எங்கம்மா' செய்வாங்கனு ஒர திமிர் வரும். கையாலாகாத அப்பானு அலட்சியம் தலைதூக்கும். சம்பாதிக்கிற நீயே வயசாகும் போது செல்லாக் காசாகி, சிரிப்பா சிரிக்கும்படி ஆகும். அப்ப பெத்தவளோட அருமை உனக்குப் புரியும்!"

"....."

"பெண் சுதந்திரம் தவறு என்னால நான் பெண்ணா இருந்தாலும் அதை ஒப்புக்க முடியலை. பெண்ணுக்கு தன் சுதந்திரத்தை சரியான முறையில் பயன்படுத்தத் தெரியாது. அதிகார போதை தலைக்கேறி ஆண்டவனையே அடிமையா நினைக்கச் சொல்லும். தன்னை நம்பி பொறுப்புகளை ஒப்படைச்சா, சர்வாதிகாரம் தலைதூக்கும் ஆலோசனை சொல்ல வர்ற மூத்தவங்களை மிதிக்கச் சொல்லும். தனக்கு சகலரும் அடங்கி நடக்கணும்னு வெறி வரும். இது வீட்டுத் தலைவிக்கும் சரி நாட்டுத் தலைவிக்கும் சரி நிச்சயம் பொருந்தும்!"

"பாரதி!"

"சரி உன் நேரத்தை வீணாக்க இனியும் நான் விரும்பலை. அம்மாவை அன்பா நடத்து. புண்படாம பார்த்துக்கோ. உனக்குப் புண்ணியமாப் போகும். நான் வரட்டுமா?"

பாரதி வெளியே வந்தாள்.

தலையை வலித்தது. ஒரு காப்பி குடித்துவிட்டு ஆபீஸ்போக வேண்டும்.

காப்பியைக் குடித்துவிட்டு ஆபீசுக்குள் நுழைந்தாள்.

"என்னம்மா இன்னிக்கு லேட்டு?" சிவகுமார் எதிரே உட்கார்ந்தார்.

நிமிர்ந்து பார்த்தாள் பாரதி.

அவள் கண்ணோரம் மெலிதாக ஈரம் படர்ந்தது.

"ஏம்மா? ஏதாவது பிரச்சினையா?"

"வாழ்க்கையே பிரச்சினைதான் சார். எல்லாமே இடம் மாறிப்போறதால எத்தனை வேதனை?"

"புரியலை!"

"கிரி, தன் பிள்ளையா இருக்கக் கூடாதான்னு எங்கம்மாவுக்கு ஆசை. நீங்க என் அண்ணனா இருக்கக்கூடாதான்னு எனக்கு ஆசை. அப்படி நடக்கலையே சார்!"

"நான் உன் அண்ணன்தான். சொல்லும்மா! என்ன செய்யணும் நான்?"

பாரதி கண்ணீரை அவசரமாகத் துடைத்துக் கொண்டாள்.

"கிரி இத்தனை உதவிகள் செஞ்சு, என்னை வாழ வைக்கறதால அவரை எதிர்க்க முடியுமா சார் என்னால?"

"எதுக்கம்மா?"

"செவிடன் காதுல சங்கு ஊதிட்டு வந்திருக்கேன் காலைல. ஆனாலும் நான் நம்பலை சார்!"

"ஓ... ரவியா? ஒரு வகைல அவரும் பாவம்மா. இயல்பா மனசுல தைரியமில்லை. மனைவி ராட்சஸியா அமைஞ்சிட்டா... அவர் என்னம்மா செய்வார்?"

"அண்ணனுக்கு அவர் நிம்மதி பெரிசு எனக்கு என் வாழ்க்கை முக்கியம். பலியாறது எங்கம்மாவா சார்? ஒரு தாயை அடகு வச்சு, நான் தாலி வாங்கத்தான் வேணுமா?"

சிவகுமார் அந்த வாக்கியத்தில் ஒரு மாதிரி அதிர்ந்து போனார்.

"என்னம்மா சொல்ற நீ?"

"சார், எனக்கொண்ணு தோணுது!"

"என்ன பாரதி!"

"எங்கம்மாவை நானே கொன்னுரட்டுமா சார்!"

"பாரதி... என்ன உளர்றே?" சிவகுமாரின் குரலில கோபம் கொப்பளித்தது.

"மெர்ஸி கில்லிங் தப்பில்லைனு சொல்லுவாங்களே சார்..."

"அது மரணப் படுக்கைல இருக்கற ஜீவனுக்கு. இனி பிழைக்க வாய்பில்லைனு தீர்மானிக்கப்பட்ட உயிருக்கு!"

"எங்கம்மா நிலை அதுதானே சார்? ஏறத்தாழ அவங்களுக்கு இது 'கோமா' தான். ரவியால பேச முடியாது. ஏன்னா, அவன் பிறவி ஊமை."

"பாரதி!"

"இத்தனை நாள் பேசிட்டு இருந்த என் நாக்கை இன்னும் பதினைஞ்சு நாள்ள அறுக்கப் போறாங்க எங்கம்மாவுக்காகக் குரல் கொடுக்க ஒரு ஜீவன் கூட இந்த பூமில இல்லை சார். ஒரு மயிரிழை அளவு ஒட்டிக்கிட்டிருந்த அசைவுகள் அங்கே அஸ்தமிக்கப் போகுது. அவங்க உயிரோட இருக்கணுமா சார் இனி!"

"நோ பாரதி! இந்த அளவு நீ சிந்திக்கிறது அதியம்!"

"இல்லை சார். பாக்கறவங்களுக்கும், படிக்கறவங்களுக்கும் அப்படித்தான் தோணும். ஒரு வயதான தாய்க்கு ஒரு படிசோறு போடறதால என்ன பிரச்சினைனு நினைக்கச் சொல்லும். ஆனா அனுபவிச்சவங்களுக்குத்தான் அந்த வேதனை புரியும். பேச முடியாம, பேசத் தெரியாம இது மாதிரி எத்தனை தாய்கள் தெரியுமா இன்னிக்குத் தவிக்கிறாங்க?"

"அதனால?"

"எனக்கே புரியலை சார்!"

''நான் வேணும்னா கிரிகூடப் பேசட்டுமா?''

''என்ன பேசப் போறீங்க? கிரியால இந்த விஷயத்துல உதவ முடியாது.''

''தபாரும்மா! நீ அலட்டிக்காதே! நீ கல்யாணம் முடிச்சு, நல்ல மனைவியா, மருமகளா வாழ்வைத் தொடங்கு. நல்ல பெண்கள் தோற்றதா சரித்திரமே இல்லைமா. ரவி யோசிப்பார். அவருக்கும் பாதிப்பு இருக்காதா? உங்கம்மா இனி சந்தோஷமா இருப்பாங்க. அதை நீயே என்கிட்ட வந்து சொல்லப்போறே. கண்ணைத் துடைச்சிக்கோ. பீ சியார்ஃபுல்!''

எழுந்து தன் இருப்பிடம் வந்தார் சிவகுமார்.

'இந்தப்பெண்ணுக்கு இத்தனை தொலைதூர நோக்கா? இத்தனை புத்திசாலித்தனமா?' ஆச்சரியம் வந்தது அவருக்கு

'புத்தியுள்ள மனிதரெல்லாம் வெற்றி காண்பதில்லை! வெற்றி வெற்ற மனிதரெல்லாம் புத்திசாலியில்லை!'

என்ற வைர வரிகள் அவருக்கு ஏனோ அர்த்தமில்லாமல் அப்போது நினைவுக்கு வந்தது.

❋❋❋

# 23

அந்த புதன் கிழமையில்

காலை ஏழரைஒன்பது முகூர்த்த வேளையில் கிரியின் தாலி பாரதியின் கழுத்தில் ஏறியது. அட்சதையோடு தன் கண்ணீரையும் தூவினாள் அம்மா.

தொடர்ந்து சடங்குகள், அது இதுவென்று நேரம் ஓடிக் கொண்டிருக்க, கிரியின் வீட்டில் கிரகப் பிரவேசம். சுமதி ஆரத்தி எடுத்து இருவரையும் உள்ளே அழைத்தாள். கிரியும் பாரதியும் கிரியின் அம்மாவை நமஸ்கரித்த பின் பால், பழம் தரப்பட்டது.

பாரதியின் அருகில் வந்த கிரியின் அம்மா அவள் சேலையைச் சரி செய்தாள்." இனி இதுமாதிரி க்ளோஸ் நெக் ரவிக்கை போடாதே! எனக்கு பிடிக்காது!"

"சரி அத்தே..."

அதை பாரதி உச்சரிக்கும்போது கல்பனா காலடி எடுத்து வைத்தாள். சட்டென தன்னை மறைத்துக் கொண்டாள்.

"யாருக்காகவும் அழ வேண்டாம் ஏன், நமக்கு என்னம்மா குறைச்சல்?"

"நீ புள்ளை வீட்ல அடிமை. நான் புருஷன் வீட்ல அடிமை. மத்தபடி எந்த குறைச்சலும் இல்லை!"

“ஷ்! மெதுவாக பாரதி! யார் காதுலயாவது விழுந்து தொலையப்போகுது. உனக்குள்ளள ஏனிந்த உறுத்தல்? கிரி உன் புருஷன். இந்த வாழ்க்கை உன்னுது தன்னம்பிக்கையா இரேன்மா.”

காலடி ஓசை கேட்டது.

சட்டென இருவரும் நிமிர, தூரத்தில் சம்பந்தயம்மா வருவது தெரிந்தது. கல்பனா மறுபுறமாக மறைந்தாள்.

“புறப்படலாமா பாரதி?”

“தோ, வந்துட்டேன் அத்தே!”

“வரட்டுமா சம்பந்தியம்மா?”

“ஆகட்டும் டாரதி சின்னப் பொண்ணு! உங்க மகளாட்டம். நீங்கதான்...”

“அதுக்கென்ன? அவ நல்ல மருமகளா இருந்தா நானும் நல்ல மாமியாரா இருப்பேன். உங்க மருமகளாட்டம் இருந்தா, அப்ப நான் யார்னு உங்களுக்கே தெரியும்!”

ரவி, கல்பனாவிடம் சொல்லிக் கொண்டார்கள்.

டாக்ஸியில ஏற, வண்டி புறப்பட்டது. வண்டி புள்ளியானதும் அம்மா குலுங்கிக் குலுங்கி அழுதாள்.

“என்னங்க?”

“என்ன கல்பனா?”

“ரெண்டுநாளா அளவுக்கு மீறி அலைச்சல். என் உடம்பு தாங்கலை. ஒரு ஆட்டோவைக் கூட்டிட்டு வாங்க!”

“எதுக்கு?”

“நான் எங்கம்மா வீட்டுக்குப் போய் ரெண்டு வாரம் ஓய்வு எடுக்கணும்!”

“என்ன கல்பனா நீ? சத்திரத்துல எல்லாம் போட்டது போட்டபடி இருக்கு. ‘பாக’ பண்ணி, எல்லாம் செட்டில்

பண்ணிட்டு வீட்டுக்குப் போக வேண்டாமா? இந்த நேரத்துல உங்கம்மா வீடு ரொம்ப அவசியமா?''

''எனக்கு அவசியம்தான்!''

''அப்படீன்னா நான் ஒருத்தனே இத்தனையும் செய்யணுமா?''

''ஏன்? சம்பந்தப்பட்டவங்க இல்லையா? அழுதுட்டே இருந்தா எப்படி? பொண்ணு புருஷன் வீட்டுக்குத்தானே போயிருக்கா? திரும்பி வராம போயிட்டாளா என்ன?''

அம்மா 'விருட்'டென நிமிர்ந்தாள்.

''கல்பனா! என்னம்மா பேசற நீ? புது வாசனை இன்னும் விலகலை. ஒரு சுமங்கலிப் பொண்ணு. இப்படி அமங்கலமா பேசலாமா? நான் பெத்தவ. முப்பது வருஷம் பாதிகூட இருந்தவ. அவளை விட்டுப் பிரிஞ்சதுல துக்கம் தாளலை, அழுதுட்டேன். அழக்கூட உன் அனுமதி கேக்கணுமா கல்பனா? நான் இனி அடிமையா?''

''அதை நான் சொல்லலை. உங்க பொண்ணுதான் சொல்லிட்டுப் போறா!''

''கல்பனா, ஏன் சண்டையை ஆரம்பிக்கற?'' ரவி.

''ஆமாமா! என்னைக் குற்றம் சொன்னாதானே உங்களுக்குத் தெரியும். இந்தம்மா புள்ளை வீட்ல அடிமையாம். அந்தம்மா புருஷன் வீட்ல அடிமையாம். நான் சொல்லலை. உங்க தங்கச்சிதான் சொல்லிட்டுப் போறா!''

''சரி, விடேன் கல்பனா!''

''அது மட்டுமா சொன்னா? நான் நல்ல மருமகள் இல்லைனு சம்பந்தியம்மா வரைக்கும் சங்கதி பரவியிருக்கு. நானா போய் சொன்னேன்? யார் சொன்னதுன்னு நீங்களே கேளுங்க?''

''என்னம்மா இதெல்லாம்?''

''நான் பொல்லாதவதான். இனிமே இந்தப் பொல்லாத மருமகதான் பொங்கிப் போடணும். நாதியில்லைனா, நாக்கையாவது அடக்கத் தெரியணும்!''

''கல்பனா, நீ இப்ப நிறுத்தப்போறியா இல்லையா?''

''நான் ஏன் நிறுத்தணும்? புருஷன் பணத்தை, அதுவும் புருஷன் ஆறதுக்கு முன்னாலேயே வாங்கி அவங்க அம்மாவுக்கே தெரியாம கல்யாணமும் நடத்தியாச்சு. இந்த லட்சணத்துல உங்க பணம்தான் என் பிறந்தவீட்டு வழியா வருதுன்னு குற்றச்சாட்டு வேற. எடுத்து விளாச எத்தனை நேரமாகும் எனக்கு?''

''ஆமாண்டி! என் பிள்ளையை நீ மடில கட்டிக்கிட்டா, அந்தப் பொண்ணுக்கும் ஒரு வாழ்வு வேண்டாமா? நாங்க யாரையும் கேக்கலை. அந்த மகானுபாவன் போட்ட மடிப்பிச்சை இது!''

''ஆஹாஹா! கிரி உன் புருஷன் இது உன் வாழ்க்கைனு பொண்ணை உசுப்பி விடற மாதிரி உபதேசம் வேற... இதுல எங்கம்மாவைக் குறை சொல்ல என்ன மூஞ்சி இதுங்களுக்கெல்லாம்?''

''கல்பனா! உங்க சண்டை ஓயாதா? ஏம்மா, நேத்து வரைக்கும் ஒழுங்கா இருந்தோம் நாங்க. நீ வந்துட்டாலே குழப்பமும் வந்துருது!'' ரவி.

அதுவரை தாக்குப் பிடித்த அம்மா வெலவெலத்துப் போனாள். பாதாதி கேசம் பளீரென மின்சாரம் பாய்ந்தது போல ஒரு ஊடுருவல் நிற்கப் பிடிமானம் இழந்து, மடங்கித் தரையில உட்கார்நதாள்.

''என்னங்க, ஆட்டோ வரலை இன்னும்?''

''கல்பனா ப்ளீஸ்! நீ போக வேண்டாம்!''

''மன்னிக்கணும்! இந்த மனநிலைல என்னால உங்க கூட வரமுடியாது. நானும் மனுஷிதான். நானே ஆட்டோபிடிச்சுப் போயிர்றேன்!''

"வேண்டாம். நான் ஆட்டோ கொண்டு வர்றேன்!" ரவி வெளியே பாய்ந்தான்.

கல்பனா தன் உடைமைகளை மட்டும் சேகரித்துக் கொண்டு தயாராகிவிட்டாள். ஆட்டோ வர

ரவி உள்ளே வந்தான்.

"அம்மா, நீ இங்கேயே இரு. நான் கல்பனாவை கொண்டு போய் விட்டுட்டு வர்றேன். வா கல்பனா!"

இருவரும் போய்விட்டார்கள்.

அத்தனை பெரிய சத்திரத்தில் அம்மா மட்டும். மலை போல மகன், மகளை வளர்த்து விட்டதுதான் மிச்சம். துணை என்று ஒரு ஜீவன் கூட மிஞ்சவில்லை.

கல்பனா சண்டையை ஆரம்பித்துவிட்டாள். அவளுடன் மோத இயலாது. ஆனால் ரவியை விட்டால் எனக்கு வேறு நாதியும் இல்லை. நான் எங்கே போக முடியும் இனிமேல்?" அம்மா அப்படியே படுத்து கண்களை இறுக மூடிக்டிகாண்டாள். அதேசமயம்

மாமியார் வீட்டு வாசலில் ஆட்டோவை நிறுத்தி கல்பனாவோடு இறங்கினான் ரவி. "வாங்க மாப்ளை!" மாமியார் ஓடிவந்தார் இருக்கட்டும். "நான் புறப்படறேன் கல்பனா. நாளைக்கு நான் வர்றேன்!"

"உள்ளே வாங்க மாப்ளை!"

"இல்லை. அம்மா சத்திரத்துல தனியா இருக்காங்க?"

"ஒரு நிமிஷம் வந்துட்டுப் போங்க?" கல்பனாவின் குரலில் இருந்த கண்டிப்பு, ரவியை உள்ளே இழுத்துக் கொண்டு வந்தது.

"என்ன கல்பனா?"

"எனக்கு ரெண்டுல ஒண்ணு தெரிஞ்சுகணும்."

"என்ன கல்பனா அது?"

"உங்கம்மாவை நீங்க விரட்டணும்னு நான் சொல்லலை. அதுக்கு எனக்கு உரிமையும் இல்லை. ஆனா அவங்க வாழற வீட்ல அந்தம்மாவோடு சேர்ந்து என்னால வாழ முடியாது."

"கல்பனா! என்ன நீ.... ?"

"ஆமாம். நான்சொன்னா சொன்னதுதான். எனக்கும், குழந்தைக்கும் செலவுக்கு மாசம் ஆயிரத்தி ஐநூறு ரூபா தந்துருங்க. என் பிறந்த வீட்டுக்கும் நான் பாரமா இருக்க விரும்பலை. நான் தனியா இருந்துக்கறேன். உங்கம்மாவோட நீங்க இருந்துக்கலாம்!"

"அதெப்படி கல்பனா?"

"எப்படீன்னா? தாய் முக்கியம்தான். தாரத்தையும் காப்பத்த வேண்டிய பொறுப்பு ஒர புருஷனுக்கு உண்டு தானே?"

ரவி சுவாசிக்கக்கூடத் தோன்றாமல் அதிர்ச்சியோடு அவளைப் பார்த்தான்.

❋❋❋

# 24

அலங்கரிக்கப்பட்ட பாரதி உள்ளே நுழைந்தாள். அவனை நமஸ்கரித்தாள்.

"எழுந்திரு பாரதி! இந்த ஃபார்மாலிட்டீஸ் நமக்குள்ள அவசியமில்லைனு நினைக்கிறேன். என்னை நீ, பேரைச் சொல்லிக்கூட அழைக்கலாம். அம்மா இல்லாத சமயத்துல?"

நிமிர்ந்தாள்.

"ஏன் பாக்கற? அம்மாவுக்கு நான் பயப்படலை. அந்த ஸ்தானத்துக்கு நான் தர்ற மரியாதை. காலைல அம்மா உன்னை அத்தனை கேள்விகள் கேட்டிருக்க வேண்டாம். எனக்குக் கூட அது பிடிக்கலைதான். ஆனாலும் என்ன செய்ய? சமாளிச்சுட்டுப் போக வேண்டியதுதான். உன்னால அது முடியும்னு நான் நம்பறேன்?"

பாரதி ஒன்றும் பேசாமல் நின்றாள்.

"இவருக்கு இரண்டு முகங்களா? தாய் இருக்கும்போது இவர் தொனியும் நடத்தையும் இரும்பாக இருக்கிறது. இல்லாத சமயம் கரும்பு. எதற்கு இந்தப் பொய் முகம் இவருக்கு?"

"என்ன பாரதி யோசிக்கற?"

"அ.... ஆங்... ஒண்ணுமில்லை. பெண்ணா பிறந்துட்டா, அதுவும் கழுத்துல தாலி ஏறிட்டா, நினைக்கறதையெல்லாம் வெளில சொல்லிர முடியாது கிரி."

"கோவமா?"

"சேச்சே! எதுக்கு? கோபப்படற நேரமா இது?" உணர்வுகளை மறைத்துக் கொண்டு சட்டெனச் சிரித்தாள்.

கிரி அவளை நெருங்கி அணைத்துக் கொண்டான்.

"உனக்கு சம்மதம்தானே?"

"எதுக்கு?"

"அதுக்கு!"

"சீசீய்! கேக்கணுமா?"

"கண்டிப்பா. அனுமதி கேட்டுத்தான் எதையும் நடத்தணும்னு நினைக்கறவன் நான்!"

முகம் குங்குமமாகச் சிவக்க, அவன் மார்பில் சரிந்தாள். கட்டில் சிணுங்கியது மெல்ல.

***

**கா**லை ஒன்பது மணி சுமாருக்கு ரவி வந்து நிற்க, பாரதிக்கு அதிசயமாகப் போனது.

"வாண்ணா! என்னங்க, எங்கண்ணன் வந்திருக்கார்!" கிரியின் அம்மா முதலில் வெளிப்பட்டாள்.

"வாங்க தம்பி..."

"எங்க வீட்டுக்கு பாரதி மாப்பிள்ளையை எப்ப அழைச்சிட்டுப் போகலாம்னு உங்ககிட்ட அனுமதி கேட்க வந்தேன்."

பாரதிக்கு சந்தோஷமாக இருந்தது.

"தாராளமா இன்னிக்கே அழைச்சிட்டுப் போங்களேன். ஆனா தங்க வைக்காதீங்க. கிரிக்கு லீவு அதிகமில்லை. உடனே வேலைக்குச் சேரணும். சாயங்காலமே அனுப்பிருங்க!"

"கிரிகிட்ட ஒரு வார்த்தை..."

"அவசியமில்லை. நான் சொன்னா என்பிள்ளை மீற மாட்டான். பாரதி, உங்கண்ணன் கிளம்பிட்டார் பாரு..."

உள்ளே காப்பி தயாரித்துக் கொண்டிருந்த பாரதி திடுக்கிட்டாள். வந்த அண்ணனை உட்காரச் சொல்லவில்லை. ஒரு வாய் பச்சைத் தண்ணீர் தரவில்லை. அவராகப் புறப்படாமல், அவரை கிளப்பிவிடும் சாதுர்யம். எல்லாவற்றிற்கும் மேலாக உள்ளேயிருக்கும் கிரி வெளியே வரவில்லை.

ரவி எழுந்து கொண்டான்.

பாரதி வாசல்வரை வந்தாள்.

"மாப்ளையை கூட்டிட்டு சாப்பாட்டுக்கேவந்துரு!" ரவி இறங்கிப் போய்விட்டான் வேகமாக.

"நல்லவேளை அண்ணியில்லை. இருந்தால் ஆயுள் முழுக்கச் சொல்லிக் காட்டுவாள்!"

"பாரதி, அடுப்பை கவனி. நான் கோயில் வரைக்கும் போயிட்டு வந்திர்றன். சுமதி, வாடி!"

அம்மாவும் மகளுமாக வெளியேற, பாரதி உள்ளே நுழைந்தாள். அடுப்பை அணைத்தாள். படுக்கையறைக்குள் நுழைந்தாள்.

கிரி லேதரைக் குழைத்து முகத்தில் பூசத் தொடங்கியிருந்தான்.

"அண்ணன் வந்திருந்தார்!"

"அப்படியா?"

"தெரியாதா உங்களுக்கு? ஹால்ல பேசினா, இங்கே குரல் கேட்காதா?"

"கேட்கலை!"

"கிரி... ப்ளீஸ்! பொய் சொல்ல வேண்டாம். அம்மாகூட இப்ப வீட்ல இல்லை. நீங்க தைரியமா எங்கிட்ட பேசலாம்."

ரேஸரைக் கீழே வைத்தான் கிரி. "பாரதி, இதுக்கு என்ன அர்த்தம்?"

"உங்கம்மா இருந்தா கட்டின பெண்டாட்டிகிட்டவே பேச நீங்க பயப்படறது எனக்குத் தெரியுது. அதுபத்தி நான் பொருட்படுத்தலை. வீட்டுக்கு வந்து நம்மை அழைச்சிட்டுப் போன அண்ணனை, வான்னு ஒரு வார்த்தை கேக்க ஏன் உங்களால முடியலை?"

"அவர் வந்தது எனக்குத் தெரியலைனு சொல்றேனில்லை? ஏன் பெரிசுபடுத்தற?" அவன் குரல் எரிச்சலோடு வெளிப்பட்டது.

பாரதிக்குப் படபடவென வந்தது. பழைய பாரதியாயிருந்தால் பேசித் தீர்த்திருப்பாள். இப்போது முடியாது தாலி தடுக்கிறது. பேச வழியில்லை. இதுதான் இங்கே நடக்கும். இனிமேல் இந்த ரக வாழ்க்கைக்குப் பழக வேண்டும். பொய் முகங்களோடு புரள என்னை நான் தயாரித்துக் கொள்ள வேண்டும். செயற்கையான பேச்சு, தேர்ந்த நடிப்பு எச்சரிக்கையான அணுகுமுறை என்று சகலமும் மாற வேண்டும்.

சட்டென வெளியே வந்துவிட்டாள்.

மாமியார் கோவிலில் இருந்து வந்து விட்டாள்.

"கிரி, சீக்கிரம் புறப்படு... ராத்திரிக்குள்ள திரும்பி வந்துருங்க ரெண்டுபேரும்"

"சரிம்மா!"

இருவரும் புறப்பட்டு விட்டார்கள்.

பிரதான சாலைக்கு வந்ததும், ஒரு டஜன் பழம், ஒரு டஜன் ஆப்பிள், அரைக்கிலோ பால்கோவா என வாங்கிக் குவிக்கத் தொடங்கினான் கிரி.

"அத்தை பழம் மட்டும்தான் வாங்கச் சொன்னாங்க!"

"பரவால்லை பாரதி. முதன் முதலா கணவனோட உன் பிறந்த வீட்டுக்கு நீ போறே. இது வேணும் கண்டிப்பா!"

கிரியைப் புரிந்து கொள்ள அவளுக்குக் கஷ்டமாக இருந்தது. வீட்டு வாசலில் ஆட்டோ நிற்க

அம்மா ஓடி வந்தாள். பின்னால் அண்ணா.

"வா பாரதி... வாங்க மாப்ளை!"

உள்ளே வந்து, அம்மாவின் கையில் கொடுத்து நமஸ்கரித்தார்கள்.

"சாரி மிஸ்டர் ரவி! நீங்க வந்த சமயம் நான் வீட்ல இல்லை!" கிரி சட்டென பொய் சொன்னான்.

"அதனால என்ன, பரவால்லை... பாரதி, மாப்ளைக்கு கட்டிக்க வேட்டி குடும்மா!"

பாரதி உள்ளே வந்தாள்.

"அண்ணி இல்லையாம்மா?"

"சத்திரத்துலேர்ந்து நேரா பிறந்த வீட்டுக்குப் போயாச்சு. அவ குணம் மாறாதும்மா!"

"உனக்கு எதுவும் பிரச்சினை இல்லையே பாரதி?"

"பிரச்சினைனு நினைச்சா எல்லாமே பிரச்சினைதான். என்னைப் பற்றி உனக்குத் தெரியாதா? எதுக்கும்மா இத்தனை அயிட்டம்? நீயா சமைச்சே எல்லாத்தையும்?"

"நீ, உன் புருஷனோட பிறந்த வீட்டுக்கு வர்ற நாள் திருநாளில்லையா? சந்தோஷத்துல ஒரு சுத்து பெருத்துட்டேன் பாரதி நான்!"

பாரதி வெளியே வந்தாள்.

கலகலப்பாகப் பேசிக் கொண்டிருந்தார்கள் ரவியும் கிரியும். சேர்ந்து சாப்பிட்டார்கள். தாம்பூலம் ஆனதும், "மாப்ளை, கொஞ்சம் ரெஸ்ட் எடுங்களேன்?"

கிரி சம்மதிக்க

அவனுக்கு வேண்டிய வசதிகளைச் செய்து கொடுத்தான் ரவி.

உள்ளே வந்தான்....

"பாரதி, வேலையா இருக்கியா?"

"என்னண்ணா?"

"உன்கூட நான் கொஞ்சம் பேசணும்...."

அம்மா நிமிர்ந்து பார்த்தாள்.

"நீ வேலையை கவனிம்மா. உனக்கு அப்புறமா சொல்றேன். நீ வா பாரதி!"

பாரதி குழப்பத்துடன் ரவியைப் பின் தொடர்ந்தாள். கிரியின் மெலிதான குறட்டை கேட்டது.

வாசல் வராண்டாவுக்கு வந்த ரவி, "உட்காரு பாரதி!" என்றான்.

"ம்! சொல்லண்ணா..."

"என்னை மன்னிச்சிரு பாரதி!"

"அய்யோ... ஏண்ணா பெரிய வார்த்தைகளெல்லாம்? உன்னை நான் எதுக்கு மன்னிக்கணும்?"

"மன்னிக்க மட்டுமில்லை என்னை நீதான் இந்த இக்கட்டுலேருந்து காப்பாற்றவும் வேணும்!"

"விஷயத்தை இன்னும் நீ சொல்லலை."

சத்திரத்திலிருந்து புறப்பட்டது முதல் கல்பனா அவள் வீட்டில் வைத்துப் பேசியதுவரை ஒன்றுவிடாமல் பாரதியிடம் தெளிவாகச் சொன்னான் ரவி.

பாரதி உறைந்து போயிருந்தாள்

"சொல்லு பாரதி! ரெண்டு குடித்தனம் வச்சு செலவு நடத்த என் ஒரு சம்பளத்துல சாத்தியமா?"

"பெற்ற தாயை, பிள்ளை பார்த்துக்கறது கடமையில்லையா அண்ணா?"

"கடமைதான் பாரதி. நான் மறுக்கலை. நான் அந்தக் கடமைலேருந்து சறுக்கி விழுந்துட்டேன். பாரதி, கல்பனாவைப் பற்றி உனக்குத் தெரியும். ஆனா அவ ராட்சஸத்தோட உச்சகட்டம் எனக்குத்தான் தெரியும். என்னைக் கடனாளியாக்கி வீதிவரைக்கும் கொண்டு வர்ற சாதுர்யம் அவளுக்கும், அவளைப் பெற்றவங்களுக்கும் உண்டு. நீ கேக்கலாம் அப்படி ஒரு பெண் உண்டா? அவளை அடக்க புருஷனால முடியாதானு? பெண்ணை அடக்க புருஷனால முடியும் பாரதி. நான் பேய்க்கு வாழ்க்கைப்பட்டிருக்கேன். முடியுமா என்னால?"

"அண்ணா!"

"சத்யமா சொல்றேன் பாரதி! பல சமயம் உயிர் வாழவே பிடிக்கலை எனக்கு!"

"அண்ணா, என்ன நீ?"

"உன் மேல, அம்மா மேல எனக்குப் பாசம் இல்லைனா நினைச்சே? அதை வெளிப்படுத்த என்னால முடியலை பாரதி... உனக்கு முன்னால நான் கேவலமான ஒரு புழு மாதிரி அவமானத்தால நெளியறது உனக்கு தெரியுமா பாரதி?"

பாரதிக்குச் சட்டென கணகள் கலங்கிப் போனது.

"அம்மா ஒரு இதய நோயாளி. என்னோட நீ வாழ முடியாதுனு நானே எப்படி பாரதி அம்மாகிட்ட சொல்ல முடியும்? சொன்னாத்தான் அம்மா மனசு தாங்குமா? ஆனா இனி மகன்கூட வாழற ஒவ்வொரு நொடியும் அந்தத் தாய்க்கு நரகம்தான். நான் ஒருவேளை செத்துப் போயிருந்தா..."

"அண்ணா?"

"ஷ்! நெருப்புனா வாய் வேகாது பாரதி. நான் செத்துப் பொயிருந்தா, அம்மாவை நீதானே காப்பாற்றியிருக்கணும் இல்லையா? உங்களைப் பொறுத்தவரைக்கும் நான் எப்பவோ செத்தாச்சு. பாசம் காட்டக்கூட வக்கில்லாத நான், உறவைச் சொல்லிக்க யோக்யதை இல்லை பாரதி."

ரவி மெல்ல அழத் தொடங்கினான்.

பாரதி ஆடிப் போனாள்.

"நீ சொல்லுவியே" 'பொய்கால் புருஷன்'னு? அது நூறு சதவீதம் நிஜம் பாரதி. என் கால்களை நான் இழந்தாச்சு ஒரு ராட்சஸிகிட்ட என்னை நான் தொலைச்சாச்சு... எனக்கே கால்கள் இல்லை. அப்படியிருக்க, என்னை நம்பி அம்மாவால் எப்படி பாரதி நிக்க முடியும்? இதையெல்லாம் யார்கிட்ட நான் சொன்னாலும், புரிஞ்சுக்க அவங்களால முடியாது. உன் ஒருத்தியாலதான் என்னைப் புரிஞ்சுக்க முடியும். எனக்கு உதவு பாரதி. அம்மாவை நீ கூட்டிட்டுப் போயிரு."

"அண்ணா!"

"ஏன் பாரதி? என்ன தயக்கம்? கிரிகிட்ட நானே மனம் விட்டுப் பேசணுமா?"

"அதுக்கு அவசியமில்லை அண்ணா!"

"பாரதி!"

"ஒரு பொய்க்கால் புருஷன் இன்னொரு பொய்க்கால் புருஷனோட பேசினா ஏதாவது லாபம் இருக்குமா அண்ணா?"

❋❋❋

# 25

"நீ என்ன சொல்றே பாரதி?"

சொல்லவே எனக்கு நாக்கு கூசுது அண்ணா. அம்மா தன் வீட்ல இருக்கறதை என் மாமியார் நிச்சயம் ரசிக்க மாட்டாங்க. தாய் பேச்சை கிரி தட்டமாட்டார். நேத்திக்கு வாசப்படியை மீதிச்ச நான்... அவங்க வார்த்தைகளையும் இன்னிக்கே மிதிக்க முடியுமா? அது நியாயம்தானா?"

"பாரதி நான்..."

"அண்ணா, என்னைப் பேச விடறியா? அம்மா வீட்டுக்குள்ள இருக்கிறதால உனக்கு என்ன தொல்லை? ஏன் அண்ணிக்கு இப்படி பயப்படறே? ரெண்டு பேரும் இப்படி பந்தாடினா, நம்மைப் பெற்ற அம்மா எங்கே போவாங்க? இந்தப் பாவம் நம்மை சும்மா விடாது அண்ணா!"

"பாரதி, என்னால பேச முடியலை. கல்பனா பத்தி உனக்குத் தெரியாது. அனுபவிக்கறவன் நான் சண்டைனு வந்துட்டா, எந்த எல்லைக்கும் அவளால போக முடியும்... நான் மானமா வாழ ஆசைப்படறேன் பாரதி. வீட்டு விவகாரங்கள் வீதிக்கு வரணுமா பாரதி? ப்ளீஸ்!"

"அதனால?"

"நீ அம்மாவைப் பார்த்துக்கணும்னு நான் சொல்ல உரிமையில்லை. ஆனா எனக்குப் பைத்தியமே பிடிக்கும்னு தோணுது. எனக்கு மண்டை குழம்புது எது சரி, எது தப்புனு என்ல தீர்மானிக்க முடியலை வாழ்க்கைல ஏழையா ஒரு ஆண் பிறக்கலாம். ஆனா கோழையா பிறக்கக் கூடாது பிறக்கவே கூடாது. இதுக்கு மேல பேச எதுவும் இல்லை பாரதி."

"பாரதி!" கிரியின் குரல் வர

"அண்ணா அவர் முழிச்சிட்டார்." பாரதி அவசரமாக உள்ளே ஓடினாள்.

"புறப்படலாமா பாரதி?"

அம்மா மெல்ல உள்ளே வந்தாள்.

"வெயிலா இருக்கே! டிபன் சாப்டுட்டு வெயில் ஆறின பின்னால போகக்கூடாதா தம்பி?"

"இல்லீங்க... வீட்ல வேலை நிறைய இருக்கு. போட்டது போட்டபடி கிடக்கு. அம்மா கஷ்டப்படுவாங்க. புறப்படு பாரதி!'

பாரதி தயாராகி விட்டாள்.

புறப்படும் முன்னால் ஏற்கெனவே வாங்கி வைத்திருந்த புடவை, வேஷ்டியை தாம்பூலத்தில் வைத்து அம்மா தர

"இதொல்லாம் ஏன்?" கிரி.

"எங்க சந்தோஷத்துக்கு தம்பி!" ரவியிடமும் சொல்லிக் கொண்டு புறப்பட்டு விட்டார்கள்.

***

"என்னங்க, நேர வீட்டுக்குப் போறமா இப்ப?"

"ஆமாம்! ஏன்?"

"நான் கொஞ்சம் தனியா உங்ககூடப் பேசணும்."

"அப்படியென்ன ரகசியம்? வீட்ல வச்சுப் பேசிக்கக் கூடாதா பாரதி?"

"கிரி, ப்ளீஸ்!"

"சரி வா! ட்ரைவ் இன் போயிரலாம்!"

இடம் தேடி அமர்ந்தார்கள்.

"ம்... சொல்லு!"

"கோபப்படாம கேளுங்க கிரி. நான் பேசியே ஆக வேண்டிய நிலை எனக்கு!"

"பீடிகை வேண்டாம்!"

காலையில் ரவி பேசியதையும், மற்ற விவரங்களையும் சொல்லிக் கொண்டே வந்தாள். நிறுத்தினாள்.

"பாரதி, என்னை மன்னிச்சிரு! என்னை சங்கடமான நிலைல கொண்டு வந்து நீ நிறுத்தினா, என்ன செய்யமுடியும் நான்? சொல்லு!"

"எல்லாருக்கும் சங்கடம்னா, அந்தத் தாய் எங்கே போவா கிரி?"

"அவங்களைப் பார்த்துக்கற கடமை உங்க அண்ணானுக்குத்தானே பாரதி?"

"அதை நான் மறுக்கலை கிரி. அதுதான் உலக நியாயமும் கூட. ஆனா அது இல்லைனு ஆன பின்னால, நான் யோசிக்க வேண்டிய கட்டத்துல இருக்கேன் இல்லையா? ஏன்னா, என்னையும் பத்து மாசம் சுமந்து பெத்திருக்காங்களே எங்கம்மா!"

"அந்தப் பத்து மாசபந்தம்தான் பாரதி என்னையும் அலைக்கழிக்குது. பச்சையா நான் சொல்லட்டுமா? உங்கம்மா நம்ப வீட்ல வாழ வந்தா, அவமானம்தான் மிஞ்சும். அப்புறம் உன் மனசு அலைபாயும். அதனால ஆத்திரம் தலை தூக்கும்.

நம்ம உறவுல விரிசல் விழும். விரிசல் பள்ளமாகும். அவசியமா பாரதி இதெல்லாம்?''

"அப்படின்னா எங்களையெல்லாம் உருவாக்கின ஒரு தாய், வீதில நிக்கணுமா கிரி?''

"நான் அப்படி சொல்லலை பாரதி. ஆனா உங்கம்மா வாழ்வுக்கு நான் உத்தரவாதம் எப்படி பாரதி தரமுடியும்? பெற்ற பிள்ளைக்கு இல்லாத பொறுப்பை மற்றவங்ககிட்ட எப்படி பாரதி எதிர்பார்க்கலாம்?''

"கிரி.... ?''

"சரி, அவங்க பிரச்சினையைப் பார்த்து உன் முடிவை நான் ஒப்புக்கிட்டா, அடுத்த நாள் எங்கம்மா வீட்டைவிட்டு இறங்கிடுவாங்க. மனைவி வந்த மறுநாளே தாயைத் தவிக்க விட்டுட்டான் கிரினு பழிச்சொல் வரும். அதுல உனக்கு உடன்பாடுதானா பாரதி? சொல்லு!''

"கிரி... கிரி... நான்...''

"உனக்கு அதுல சம்மதம்னா உன் தாய் உள்ளே வந்த காரணமா, என் தாய் வெளில போறதை நீ ஒப்புக்கிட்டா, நான் தயார் பாரதி. முடிவு உன் கையில!''

பாரதி உட்கார முடியாமல் நெளிந்தாள்.

"நானும் கல்பனாவா இருக்க மாட்டேன் கிரி. என்னை வாழவச்சவரோட தாயை வாசல்ல நிறுத்தற அளவு என் மனசு இறுகிப் போகலை இன்னும்.''

"அப்ப என்ன செய்யலாம் சொல்லு?''

"ஆண்களால முடிவெடுக்கவே முடியாதா கிரி? சொந்தக் கால்ல நிற்க ஏன் கிரி இத்தனை தயக்கம்?''

"இரு பாரதி! ஆண்களையே குறை சொல்லாதே! எங்களை அசைய விடாம, எங்க கால்கள் முளைக்கறதுக்கு முன்னாலேயே முறிச்சுப் போடறது பெண்கள்தானே? மகன்

பிறந்த நிமிஷம் தொட்டு அவனை ஆளுமைல வச்சுக்க ஆசைப்படாத தாய் எத்தனை பேர் சொல்லு பாரதி? அடுத்தது சகோதரிகளோட ஆளுமை. மனைவி வந்துட்டா, தன் பிடில வச்சுக்கற ஆவேசம்... கடைசியா மகள்... எந்தக் காலத்துல ஆண்களை சொந்தக் கால்ல நடக்க விட்டீங்க. குற்றம் உங்க பக்கம் தான் பாரதி!''

''நமக்குள்ள வெற்றி, தோல்வியை நிர்ணயிக்கற நேரம் இதுவா கிரி!''

''நான் தான் முடிவை உனக்கு விட்டாச்சே. இனி நான் பேச எதுவுமில்லை!''

கிரி எழுந்து விட்டான்.

வீடு திரும்பி இரவுச் சமையலை முடித்து, எல்லோருக்கும் சாப்பாடு போட்டு, அடுக்களையைக் கழுவி விட்டு பாரதி படுக்கைக்கு வரும்போது இரவு பதினொன்று.

கிரி அவளை இழுத்துத் தன் பக்கத்தில் இருத்திக் கொண்டான்.

அவனது பிடியில் ஸ்பரிசத்தில் காமம் இருந்தது.

''என்ன பாரதி 'மூட்' இல்லையா?''

''அப்படிச் சொல்லக்கூட இங்கே பெண்களுக்கு உரிமையில்லை கிரி!''

சடாரென அவளை விடுவித்தான் கிரி.

''ஸாரி!''

''கோவமா கிரி?''

''இல்லை. பணத்தால அமைதியை வாங்க முடியாதுனு பாடம் கத்துக்கிட்டேன்!''

''பணத்தால உறவுகளை வாங்க நினைச்சா, அது ஆபாசமா முடியும்னு அப்பவே எனக்குத் தெரியும்!''

கிரியின் புருவம் சடாரென உயார்ந்தது.

"என்ன அர்த்தம் பாரதி இதுக்கு?"

"அதை நான் சொல்லித்தான் உங்களுக்குத் தெரியணும்னு உண்டா கிரி?"

"உனக்கு உடம்பு முழுக்க சுயநலம்தான் பாரதி. உறவுகள் உண்டாயிட்டா, உரிமைப் போராட்டம் நடத்தற அடாவடித்தனம் பெண்களோட கல்யாண குணம்!"

"விடிஞ்சா பெத்தவளோட நிலைமை என்னன்னு தெரியாத ஒருமகள். மஞ்சத்துல சந்தோஷத்தை அனுபவிக்க எப்படி கிரி மனசு வரும்? ஆண்களுக்குத்தான் சுயநலம் அதிகம். மனசைவிட உடம்புக்கு மதிப்பு தரக்கூடிய வர்க்கம்?"

"ஸ்டாப் இட்!" அலறிக்கொண்டே எழுந்தான் கிரி. பாரதி சட்டென நிமிர்ந்தாள்.

"நான் செக்ஸுக்கு அலையலை பாரதி. இத்தனை வருஷம் பெண் வாசனை படாம வாழ்ந்தவனதான். நீ கொஞ்சம் மாறுதலான பெண்ணா இருக்கக்கூடும்னு நான் போட்ட கணக்கு தப்பாப் போச்சு!"

பாரதியிடம் ஒரு பதட்டம் புறப்பட்டது.

சட்டென அவன் கைகளைப் பிடித்துக் கொண்டாள்.

"ப்ளீஸ் கிரி! அது மாதிரி நினைக்க வேண்டாம். நான் எப்பவுமே உங்களுக்குக் கட்டுப்பட்டவள்தான். வாழ வச்ச தெய்வத்தை, வணங்கற வழில வந்தபெண்தான் நான். இனி நான பேசலை. என்னைப் பெத்தவ என் நிழல்ல நிற்கும்படி நேராது. அதுக்கு நான் உத்தரவாதம்."

"உனக்க கோவம் வருதா பாரதி?"

"இல்லை கிரி. வருத்தம் இருக்கு! ஆனா, நிச்சயமா அது இருக்கும். சுமக்கப்போற வயிறுக்கு சுமந்த வயிறோட பாரம் அதிகமாப் புரியும். மகனைவிட, மகளுக்குத் தாய் மேல

அதிகப்பாசம் உண்டாக அந்தத் தாய்மை உணர்ச்சி தான் கிரி காரணம்.''

கிரி தணிந்து வந்தான். வார்த்தைகளை நிறுத்தி பார்வையால் ஆறுதல் சொன்னான். மெல்லிய ஸ்பரிசத்தில் அவளைத் தன்னோடு சேர்த்துக் கொண்டான். அவனது புருஷசுகம் பாரதியை மெல்ல மெல்லக் கிறங்க வைத்தது. தாய்ப்பாசம், வேதனை, ஏக்கம் சகலமும் உடம்புச் சூட்டில் கரைந்து போனது.

ஆசைக்கு வெட்கமில்லை என்பதை பாரதி முழுமையாக உணரும்போது கிரி விலகியிருந்தான் சோர்ந்து.

உறங்கத் தொடங்கியும் விட்டான்.

பாரதி தன்னைத் திருத்திக் கொண்டு தண்ணீர் பருகிவிட்டு நேரம் பார்த்தபோது பின்னிரவு முளைத்திருந்தது.

சுவரில் சாய்ந்து அமர்ந்து கொண்டு மெலிதாக அழத்தொடங்கினாள்.

தாலி ஏறுவதற்கு முன்னால் எத்தனை தெளிவாக இருந்தோம். ஒரு சுபமுகூர்த்த நாளில் அடிமையாகிப் போன அவலம் அவளைக் கணிசமாக பாதித்திருந்தது.

'எதுவும் இனி எனது முடிவல்ல! ஒருவகையில நான் வாழ வேண்டும்.

கிரியைத் திருப்திப்படுத்த வேண்டும்... அதுதான் எனக்கு நிலையா சந்தோஷம் என்ற சுயநலத்தில் மற்றவைகளை மறக்கத் தொடங்கி விட்டேன். இதைத்தான் ரவி செய்கிறான். கல்பனாவுக்காக எதையும் இழக்க அவன் தயார்.'

'எனக்கும் அண்ணனுக்கும் என்ன வித்தியாசம்? அவனைக் குறை சொல்ல என்ன யோக்யதை எனக்கு?'

''நாம் வாழ எதையும் பலி கொடுக்கலாம் என்ற மனித உணர்வுகள்!''

அப்படியே சரிந்து உட்கார்ந்தவள், காலை மூன்று மணியளவில் உறங்கிப்போனாள்.

கிரிதான் அவளை உலுக்கி எழுப்பினான்.

வாரிச் சுருட்டிக் கொண்டு எழுந்தாள் பாரதி.

"சீக்கிரம் புறப்படு பாரதி!"

"ஏன்?"

"உங்கண்ணணை ஆஸ்பத்திரில அனுமதிச்சிருக்காங்களாம். இப்பத்தான் தகவல் வந்தது!"

"அண்ணா.... ? ஆஸ்பத்திரிலேயா? என்னாச்சு ரவிக்கு?"

அலறிக் கொண்டு எழுந்தாள் பாரதி.

***

ஆஸ்பத்திரி வாசலை பாரதி அடையும்போது, அப்போதுதான் வந்து நின்ற டாக்ஸியிலிருந்து கல்பனா, அவள் அப்பா, அம்மா எல்லோரும் பதட்டத்துடன் இறங்கினார்கள்.

முதல் மாடியில் 17-வது அறை...

எல்லோரும் உள்ளே நுழைய, படுக்கை காலியாக இருந்தது. அம்மா மட்டும் இருந்தார்கள்.

"என்னாச்சு அவருக்கு? கல்பனா அலறலாகக் கேட்டாள். மெலிதான அழுகையுடன் சொல்ல ஆரம்பித்தாள்..."

***

# 26

முதல் நாள் இரவு பன்னிரெண்டு மணி சுமாருக்கு அம்மாவுக்குச் சட்டென விழிப்பு வர, தண்ணீர் பருக எழுந்த நிமிடம் உள் அறையில் விளக்கு எரிவது தெரிந்தது.

எட்டிப் பார்த்தாள் ரவி. படுக்கையில் உட்கார்ந்திருந்தான்....

"என்ன ரவி தூங்கலையா நீ இன்னும்?"

திரும்பி அம்மாவைப் பார்த்தவன், ஒரு மாதிரி உதடுகளைப் பிளந்து கொண்டு விகாரமாகச் சிரிக்க, அம்மாவுக்குத் துணுக்கென்றது.

"என்னப்பா?"

"கடைசில எல்லோரும் விட்டுட்டுப் போயாச்சு! நீ ஒருத்தி தான் எனக்குத் துணை, பார்த்தியா?" மறுபடியும் சிரித்தான். சந்தோஷமான தருணத்தில் கூட ரவி சிரித்து அம்மாவே பார்த்ததில்லை. அத்தனை இறுக்கமானவன்.

"ரவி... என்னடா ஆச்சு உனக்கு?"

"பாரதியைச் சொல்லி தப்பில்லை. உன்னை எப்படி தன்னோட வச்சுக்க அவளால முடியும்? பாவம்!"

"ரவி!"

"நான் ஒரு யோசனை சொல்லட்டுமாமா? அப்பா செத்து எத்தனை வருஷமாச்சு?"

"அதெல்லாம் இப்ப எதுக்கு ரவி?"

"இரேன்... நான் போய் அவரைக் கூட்டிட்டு வந்துட்டா, உன் பிரச்சினை தீர்ந்திருமா? இப்பவே புறப்படுறேன்!"

சடாரென எழுந்தான்.

"ரவி, என்னடாப்பா இது? நடுராத்திரி நேரம்!"

"ஏன் பஸ் வராதா? என்னை வுடு டிரஸ் மாத்திட்டு வந்திர்றேன்."

வெற்றுடம்புடன் நின்றவன், உடம்பில் இருந்த கைலியையும் உதறிவிட்டுப் பிறந்தமேனியாக நின்றான்.

அம்மா பதறிப் போனாள். ஓடி வந்து ஒரு போர்வையால் அவனை மூடினாள்.

"ஏம்மா மூடற? அம்மணத்தை விட அசிங்மா சமூகத்துல நான் ஆயாச்சு. எல்லோரும் என்னைப் பார்த்து சிரிச்சாச்சு. உன் பங்குக்கு நீயும் சிரிச்சிரு பாவம் நீ! உன் நிலைமை எந்த அம்மாவுக்கும் வரக்கூடாது!" போர்வையை உதறிவிட்டு நிர்வாணமாக நின்றபடி அந்த விகாரச் சிரிப்பைத் தொடர்ந்தான்..

அம்மாவுக்கு நடுமண்டையில் ஒரு மாதிரி உஷ்ணம் பரவ, "கடவுளே! என் பிள்ளைக்கு புத்தி கலங்கி விட்டாதா? நான் இப்போது என்ன செய்வேன்?" வாய்விட்டு புலம்பினாள்.

"ரவி கட்டில்ல உட்காருப்பா!" பிடித்து உட்கார்த்தினாள். லுங்கியை கட்டிக் கொள்ள உதவினாள்.

"நீ சரியா இருடா! உனக்கு என்னப்பா ஆச்சு?"

"நீ வீட்டை விட்டு போயிரும்மா தேம்பித் தேம்பி அழத் தொடங்கினான் அப்படியே படுக்கையில மடிந்து முதுகு குலங்க விசும்பினான். 'அழுகையோ, சிரிப்போ' எந்த உணர்வையும் வெளிப்படுத்தாத என் பிள்ளையா இன்று இத்தனை தூரம் சலசலத்துப் போய்விட்டான்?"

அப்படியே படுகையில் சரிந்து கண்களை மூடினான்.

மயக்கமா, உறக்கமா என்று தெரியவில்லை.

என்ன செய்வது இப்போது? ஏதாவது செய்தாக வேண்டும்! அம்மா எழுந்து போய் பக்கத்து வீட்டுக் கதவைத் தட்டி, "வெறும் மயக்கம், டாக்டரை அழைக்க வேண்டும்" என்றவரை சொல்ல

அடுத்த நாற்பது நிமிடத்தில் டாக்டர் வந்து விட்டார்.

"வேற யாரம்மா வீட்ல?"

"தற்சமயம் நான் மட்டும்தான்!"

"அவன் இதயத் துடிப்பு ரொம்ப பலவீனமா இருக்கு. உடனே ஆஸ்பத்திரில அனுமதிக்கணும் அவரை!"

"டாக்டர்!" அம்மா அலறி விட்டாள்.

"நான் போய் ஆம்புலன்ஸ் அனுப்பறேன். தயாரா இருங்க!"

ஆம்புலன்ஸ் வந்தது. அம்மா புறப்படும் சமயம் பக்கத்து வீட்டுக்காரரிடம் கல்பனா, பாரதியின் விலாசத்தை ஒப்படைத்துவிட்டு ரவியோடு வண்டியில் ஏறினாள்.

வார்டு ஒதுக்கப்பட்டு முதலில் கிடத்தப்பட்ட ரவி, உடனே பரிசோதனைக்காக எடுத்துச் செல்லப்பட்டான்.

இன்னும் வரவில்லை.

அம்மா சகலமும் சொல்லி முடித்தபோது கிரியும், பாரதியும் உறைந்து போயிருந்தார்கள்.

***

"நல்ல கதையா இருக்கே! அவருக்கு இப்படி ஆகக் காரணம் என் மவன்னு சொல்லுவீங்க கோலிருக்கே!"

கல்பனாவின் அம்மா சீற

பாரதிக்கு 'சுருக்'கென கோபம் வர "எதுக்குமே உங்க மக காரணம் இல்லை. எல்லாத்துக்கும் காரணம் எங்கம்மா தான். போதுமா? சண்டைபோட இதுவா இடம்?"

"பாரதி!" கிரி அடிக்குரலில் அதட்டினான்.

பெரிய டாக்டர் வெளியே வந்தார்.

கல்பனா ஓடினாள்....

"என்ன டாக்டர் அவருக்கு?"

"நீங்கதான் அவரோட மனைவியா?"

"ஆமாம்!"

"அவர் உயிருக்கு ஆபத்து தற்சமயம் இல்லை. ஆனா இதயம் ரொம்ப பலவீனமா இருக்கு. ஒரு மாதிரி மெண்டல் டிப்ரஷன் ஏற்பட்டிருக்கு. அதிர்ச்சிகரமா என்னவோ நடந்து அவர் மனசை பாதிச்சிருக்கு."

"ஆபத்தா டாக்டர்?"

"இன்னும் ஆபத்தை கடக்கலை அவர். இந்த நேரம் இதமா அரவணைப்பதான் அவருக்கு மருந்து. நீங்கள்ளாம் முயற்சி செஞ்சா அவரைக் குணப்படுத்தலாம்!"

"சைக்யாட்ரிஸ்ட் வேணுமா டாக்டர்?"

"ஒட்டிப் பழகினவங்க, சொந்த ரத்தங்கள் இதெல்லாம் ஏடாகூடமா மாறும் போதுதான் மனசுல முறிவு வருது மனுஷனுக்கு. அதை யாவரும் புரிஞ்சுக்கறதில்லை. ஒவ்வொரு மனுஷனுக்கும் மூளை கலங்க முக்கிய காரணம் இதுதான். டாக்டரால இதைக் குணப்படுத்த ஓரளவுதாம்மா முடியும்!"

"நாங்க அவரைப் போய்ப் பார்க்கலாமா?"

"கூட்டமா வேண்டாம். ரெண்டு ரெண்டு பேரா போங்க!"

கல்பனா உள்ளே நடக்க, அவளோடு ஒட்டிக் கொண்டு அவள் அம்மா நடந்தாள்.

பாரதி அப்படியே நின்றாள்.

கல்பனா உள்ளே நுழைந்த சமயம், ரவி படுக்கையில எழுந்து உட்கார்ந்தான்.

"வா கல்பனா! அம்மாவை நான் போகச் சொல்லிட்டேன். இனிமே உனக்கு நிம்மதிதான். இப்படி வா கல்பனா!" அந்த விகாரச் சிரிப்பு...

கல்பனா மெல்ல அழத் தொடங்கினாள்.

"இப்படி செஞ்சுட்டீங்களே மாப்ளை. கிளியாட்டம் இருந்த என் பொண்ணு வாழ்க்கை நாசமாப் போச்சே. காலம் முழுக்க ஒரு பைத்தியத்தோட என் கல்பனா எப்படித் தான் வழப் போறாளோ?"

"நான் பைத்தியமா... இ... இல்லை அத்தை!" முகத்தைக் கோணிக் கொண்டு சிரித்தான். மாரில் ஓங்கி ஓங்கி அறைந்து கொள்ளத் தொடங்கினான். நர்ஸ் ஓடி வந்தாள்.

"என்னம்மா பேசினீங்க? போங்கம்மா வெளில!" டாக்டரைப் பார்க்க ஓடினாள்.

டாக்டர் வந்தார். பரிசோதித்தார். ஊசிபோட்டு அவனை உறங்க வைத்துவிட்டு, கல்பனா பக்கம் திரும்பினார்.

"மிஸஸ் ரவி! அவருக்கு குணமாறதும், ஆகாததும் உங்க யோகம். ஆனா உயிரோட அவர் இருக்கறது உங்க கையிலதான் இருக்கு" போய்விட்டார்.

கல்பனா வெளியே வந்தாள்.

"என்னம்மா?" என்றவாறே அப்பா வர

"அம்மாவை கூட்டிட்டுப் போங்க முதல்ல!" என்று தன்னைக் கட்டுப்படுத்த முடியாமல் சத்தமாகவேச் சொன்னாள் கல்பனா.

"ஏண்டீ.... ?அதிர்ந்துபோய் கேட்டாள் கல்பனாவின் அம்மா."

"நான் வாழ்ந்தா உனக்குப் பொறுக்காது. இத்தனை காலம் என்னைப் பாழக்கின பாவி நீதான். போயிரு இங்கிருந்து!" பாரதி, அம்மா சகலரும் ஆடிப்போனார்கள் ஒரு நொடி!

"என்னாடீ உளர்ற?"

"உளறலை. அவரோட இந்த நிலைக்குக் காரணம் எதுன்னு நான் புரிஞ்சுகிட்டேன். போயிரு இங்கிருந்து. உன் மூஞ்சில முழிக்க எனக்குப் பிடிக்கலை. அவர் மூளை சரியாகலைனாலும் பரவாயில்லை. என் தாலி தங்கட்டும். நீ அதையும் பறிச்சிராதே. போ!"

"கல்பனா!"

"வா மீனாட்சி. அப்புறமா பேசிக்கலாம்!"அப்பா, அம்மாவை இழுத்துக் கொண்டு நகர்ந்தார்.

கல்பனா அப்படியே மடிந்து சுவரோரம் சரிந்து உட்கார்ந்தாள்.

பாரதியின் அம்மா அருகில் நெருங்கி தோளை மெல்லத் தொட்டார்.

மறுநிமிடமே அவர் மேல் சரிந்து விசும்பி அழத் தொடங்கினாள் கல்பனா.

"அத்தே... அவர் பிழைப்பாரா? அவருக்குக் குணமாகுமா? எனக்கு பயமா இருக்கு அத்தே!"

"பயப்படாதேம்மா! ரவிக்கு ஒண்ணும் ஆகாது. உன் மாங்கல்ய பலம் அவனைக் காப்பாற்றும் இந்த சமயத்துல நம்மயாருக்கும் பதட்டம் கூடாது கல்பனா. அவன் வாழ்க்கை நம்ம கையிலதான் இருக்கு!"

பாரதி அருகில் வந்தாள் மண்டியிட்டு அமர்ந்தாள். அவள் கைகளையும் பிடித்துக் கொண்டு கல்பனா அழுதாள்.

***

**அ**ன்று மாலை...

ரவி மறுபடியும் எழுந்து உட்கார்ந்து புலம்பத் தொடங்கிவிட்டான்

டாக்டர் வந்தார்.

பரிசோதித்தார்.

"அவரை டிஸ்சார்ஜ் பண்ணிரலாம்."

"டாக்டர் இந்த மனநோய்?"

"அதுக்கு எங்கிட்ட மருந்து இல்லைமா? காலம்தான் அவரோட காயத்துக்கு மருந்து."

டிஸ்சார்ஜ் ஏற்பாடுகளை கிரி செய்தான். டாக்ஸி கொண்டு வந்து, எல்லோரையும் ஏற்றிக் கொண்டு ரவியின் வீடு வரும்போது இரவு எட்டு மணி.

ரவியை படுக்கையில அமர்த்தினார்கள்.

"கல்பனா!" ரவி அழைத்தான்.

"என்னங்க?"

"இனிமே நமக்கு நிம்மதிதான். அம்மாவைக் கூட்டிட்டுப் போகத்தான் பாரதியும், கிரியும் வந்திருக்காங்க. உனக்கு எந்தத் தொந்தரவும் இல்லை."

அவனை மெல்லத் தொட்ட கல்பனா, "இல்லீங்க! இனிமே அத்தை நம்ம கூடத்தான் இருப்பாங்க. அத்தை இல்லாம நான் இந்த வீட்ல இருக்கமாட்டேன். எல்லா குழப்பங்களும் தீர்ந்தாச்சு. நீங்க நிம்மதியா இருக்கணும். அது தான் எங்களுக்கு முக்கியம்!"

"எனக்குப் பைத்தியம்னு உங்கம்மா சொன்னாங்களே! ஒரு பைத்தியம் கூட வாழ்நாள் முழுக்க உன்னால சமாளிக்க முடியுமா கல்பனா? பாவம் நீ! கிரி, இப்படி வாங்களேன்!"

கிரி அருகில் வந்தான்

"சொல்லுங்க!"

"அம்மாவை தயவு பண்ணி நீங்க கூட்டிட்டுப் போயிருங்க. மறுத்துராதீங்க ப்ளீஸ்! இருக்கற கொஞ்ச நாட்கள் அவங்க நிம்மதியா இருக்கட்டும். அந்த நிம்மதி எங்கிட்ட கிடைக்காது. என்னால யாருக்கும் சந்தோஷம் இல்லை. எனக்கும் இல்லை!"

அழத் தொடங்கினான் ரவி...

அத்தனை பேரும் ஆடாமல், அசையாமல் நின்றார்கள் அப்படியே.

❋❋❋

# 27

கல்பனாவின் அம்மா சிடுசிடுப்போடு வீட்டுக்குள் நுழைந்தாள்.

"அத்தான் எப்படியிருக்காருமா?"

வாசு அவசரமாகக் கேட்க

"பைத்தியம் முத்தியாச்சு... மனசு கேக்கமாம நமக்கு ஆதங்கம் வந்தா, நம்ம மேலேயே விழறா அந்த மூதேவி!"

"யாரைச் சொல்ற நீ?"

"உங்க்காவைத்தான்!"

"கல்பனாவையா நீ இப்படி பேசற?"

"அவளைத்தான். என்ன தாங்குதாங்கினேன் அவளை கண்ணுக்குள்ள மூடி வச்சுக்கலை? இன்னிக்கு ஆஸ்பத்திரில என்ன பேச்சு பேசிட்டா தெரியுமா?"

"உன்னையா? அக்காவா? என்ன பேசினா?"

"கொஞ்சம் இரு வாசு. அம்மா என்ன சொன்னாங்கனு கேட்டியா நீ?" அண்ணனின் குரல் வர, அம்மாவே சற்று அதிசயத்துடன் நிமிர்ந்தாள்.

"மூர்த்தி நீ?"

"சொல்லும்மா! நீ என்ன சொன்ன?"

“ஒரு பைத்தியத்தோட வாழும் நிலைமை இவளுக்கு வரணுமானு ஆதங்கப்பட்டடேன். அதைக் கூட நேரடியா சொல்லலை!”

“ஏம்மா நீ ஒரு மனுஷிதானா?”

அம்மா மிரண்டுபோனாள். வாயைத் திறக்காத மூர்த்தியா இப்படியொரு கேள்வி கேட்கிறான்?

“மூர்த்தி!”

“பதில சொல்லு நீ ஒரு மனுஷிதானா? உன் மாப்பிள்ளைக்கு இன்னிக்கு புத்தி கலங்கியிருக்குனா அதுக்கு யார்மா காரணம்?”

“என்னைக் கேட்டா?”

“உன்னைத்தான் கேட்கணும்! ஏன்னா அவர் புத்தி கலங்கிப் போகக் காரணமே நீதான்!”

“மூர்த்தி!”

“உஷ்! கூச்சல் போடாதே! உன் மகளுக்கு எந்த நேரமும் பிறந்த வீட்ல என்ன வேலை? தன் வீட்ல நடக்கறதை பிறந்த வீட்ல ஒரு பெண் சொல்றதே முதல்ல தப்பு. போகட்டும்! தன் மனக் குமுறலை வேற யார்கிட்டேயும் வெளிப்படுத்த வழியில்லைனு பேசறான்னு வச்சுக்கோ. நீ ஒரு நல்ல தாயா இருந்தா என்ன செய்யணும்? சொல்லு... என்ன செய்யணும்?”

“......!”

“அவளுக்கு நல்ல புத்தி சொல்லி, அவளை வாழவைக்க வழி பாக்கணும். செஞ்சியா? எத்தனை அம்மாக்கள் நாட்ல இப்படி கிளம்பியிருக்கீங்க? மாப்பிள்ளையை கைக்குள்ள போட்டுட்டு அசடா மாத்தறது... அவரோட சொந்த பந்தங்களை அடிச்சு துரத்த வழி சொல்றது, மகள் கைக்கு ஆட்சிவர சகல சூழ்ச்சிகளையும் செய்யறது. மாப்பிள்ளையை ஒரு டம்மியாக்கி, விரல் நுனில ஆட்டி வைக்கறது... இதைத்தான்

நீயும் செஞ்சிருக்கே! அந்தப் பெண் பாரதி இருந்த வரைக்கும் பிரச்சினை இருக்கலை. அவ பார்த்துகிட்டா அவளை ஒப்புக்க ஒரு நல்ல மனுஷன் வந்தான். அந்தம்மா நிலைமை அம்போ. பெத்த தாய்க்கு ஒரு நிழல்தர ரவியால முடியலை. தரவிடலை உன் மகள். தாயை, மகன் அடிச்சு விரட்ட உன்னோட அயனான ஆலோசனைகள், மந்திராலோசனை, சூழ்ச்சி, சதித்திட்டம்... ஒரு பெண்தானா நீ!''

''மூர்த்தி நான் உன்னைப் பெத்தவ!''

''அது மாதிரிதான் எல்லாருக்கும், உன்னைக் கைகூப்பி வணங்கி, சுத்தி வந்து கும்மியடிக்கணும். உன் மகனும் அவனோட மனைவியும். ஆனா, சம்பந்தியம்மா சந்தில நிக்கணுமா, மென்ட்டல் டார்ச்சர், டிப்ரஷன், பாதுகாப்பின்மை எல்லாமா சேர்ந்துதான் ரவிக்கு மூளை கலங்கியிரக்கு. பேச முடியாத கோழைகளா ஆண்கள் இருந்தா, முடிவுல இதுதான் நிலை. பெண்கள் பேதைகள் இல்லை. ஆண்கள் தான் அபலைகள் இந்த பூமில.''

''மூர்த்தி, போதும்!''

''இல்லை... இனி நான் பேசலை... இதுநாள் வரைக்கும் உன்னை எதிர்த்து நான் பேசினதில்லை. காரணம், பத்து மாசம் சுமந்து என்னை நீ பெற்ற நன்றிக்கடன். அதுக்காக என் லஷ்மியும் இதுநாள் வரைக்கும் பேசலை. ஆனா இனியும் பேசாம போனா, அவ ஊமையா மாறிருவா. அவளை ஊமையாக்கின பாவம் எனக்கு வேண்டாம். லஷ்மி புறப்படு!''

''என்னங்க!''

''புறப்படும்மா... நாம ரெண்டு பேரும் தனியாப் போறோம்!''

''மூர்த்தி, என்னனடா இது?''

அம்மா பதறினாள்.

அப்பா உள்ளே நுழைந்தார். மௌனமாக இதைப் பார்த்துக் கொண்டு நின்றார்.

"என்னங்க... அவன் தனியாப் போறானாம்!"

"எனக்கு வழியில்லை. அவனுக்கு அந்த வாய்ப்பாவது இருக்கே. எங்கே இருந்தாலும் நல்லாயிருக்கட்டும்... பாவம் லஷ்மி குடிக்கிற கஞ்சியை சுதந்திரமா குடிக்கட்டும் இனியாவது. சந்தோஷமா இருக்கு எனக்கு."

"வாசு, பாருடா அவனை..."

"நான் பார்த்துட்டுத்தானே இருக்கேன். இத்தனை நாள் நீ அடிச்ச கொட்டத்தையும், நடத்தின பொம்மலாட்டத்தையும் நான் பார்த்துட்டுத்தானே இருக்கேன். அக்கா வாழ்க்கை ஒரு நாள் சிரிப்பா சிரிக்கும்னு அப்பவே எனக்குத் தெரியும். பொம்மானாட்டி உசத்திதான். ஆனா அடக்கி வாசிக்கணும். ஆர்ப்பாட்டம் செஞ்ச பொம்பளை ஆயுசு முழுக்க சிரிச்சதா சரித்திரமே இல்லை. பொல்லாத புருஷனுக்கே தலை வணங்கற நளாயினி காலத்து மண் இது. ஒரு சாகபட்சினியை சந்தி சிரிக்க வச்ச உன் பெண் எப்படீம்மா சந்தோஷமா இருப்பா? கடைசி பைசா வரைக்கும் புருஷன்கிட்ட ஒட்டக் கறந்துட்டு, அவனை சித்தரவதையும் செஞ்சா, அவனுக்கு எப்படி பைத்தியம் பிடிக்கமா இருக்கும்?"

லஷ்மியும் மூர்த்தியும் பெட்டியோடு வர

"அண்ணி!"

"என்ன வாசு?"

"நானும் உங்ககூட வந்துரட்டுமா? உங்களுக்குத் தொல்லை தராமஒரு மூலைல இருந்துப்பேன். என் மேல கொஞ்சம் நல்ல காற்று படட்டுமேனு பார்க்கறேன் நான்."

"வாயேன் வாசு!" மூர்த்தி அழைத்தான்.

பெரியவர்களை நமஸ்காரம் செய்தார்கள். மூன்று பேரும் போய் விட்டார்கள்.

"என்னங்க! எல்லாரும் என்னைவிட்டுப் போயிட்டாங்க, கல்பனாவும் இனி வரமாட்டா!"

"எனக்குத்தான் ஆயுள் தண்டனை. உன்னைக் கட்டித் தொலைச்ச தோஷத்துக்காக இங்கே இருந்தே ஆகணும். போறவங்க நிம்மதியாப் போகட்டுமே பாவம்!"

அவர் திண்ணையில்போய் உட்கார்ந்தார்

பேசுபவர்கள் எல்லாம் என்றைக்கும் பேசிக்கொண்டே இருப்பதில்லை பேசாதவர்கள் ஒரு நாள் பேசத் தொடங்கிவிட்டால், அது விழிப்புணர்ச்சியின் ஆரம்ப அத்தியாயாம் என்று கல்பனாவின் அம்மாவுக்கு புரியத் தொடங்கி விட்டது. ஒரே நேரத்தில் சகலபேரும் விலகிவிட்ட வலியை அவளால் தாங்கிக் கொள்ள முடியவில்லை.

நேற்றுவரை மற்றவர்களை அழ வைத்தவள்... இன்று தானே அழத் தொடங்கிவிட்டாள். மனதிலுள்ள அழுக்குகள் அடித்துக் கொண்டு போகும்வரை அழட்டும். அப்போதுதான் சுத்தமாவாள்.

***

"என்னாச்சு உங்க அண்ணாவுக்கு?" மாமியார் அசுவாரசியமாகக் கேட்டாள்.

"லேசா சித்தபிரமை மாதிரி இருக்குமா. பாவம் ரவி. நல்ல மனுஷன்!"

கிரி அனுதாபப்பட்டான்.

"இது மாதிரி ராட்சஸிகளை கட்டிக்கற தைரியமில்லாத ஆம்பளைகளுக்கு இதுதான் முடிவு. அனுபவிச்சுத்தான் ஆகணும். ஆரம்பத்துலேயே தட்டிக் கேக்ற தைரியம் வந்திருந்தா இப்படி ஆகியிருக்காது."

பாரதி லேசான சினத்தோடு நிமிர்ந்தாள். ஒன்றும் பேசாமல் உள்ளே போய்விட்டாள். மறுபடியும் வெளிப்பட்ட நிமிடம்...

கிசுகிசுப்பாக மாமியார், தன் கணவனிடம் பேசுவது காதில் விழுந்தது. கூர்மையானாள்.

"பைத்தியமே பிடிச்சாச்சா?"

"சரியில்லைமா. அவ்ளவுதான்..."

"இதபாருடா! இனிமே நீ அங்கே போக வேண்டாம்."

"என்னம்மா நீ பேசறே?"

"பின்ன என்னடா? அவன் ஒரே பிள்ளை. புத்தி கலங்கியாச்சு. மத்த ரெண்டும் பொம்மனாட்டிங்க. அடுத்து அந்தக் குடும்பத்துல உறவுன்னு சொல்லிக்க ஒரே ஆம்பளையா? நீதான்! உன் தலைக்குத்தான் கல்லு வரும்."

"அப்படியெல்லாம் பார்த்தா முடியுமாம்மா?"

"பார்க்கத்தாண்டா வேணும். இன்னொரு குடும்பத்தைத் தாங்க, உனக்கென்ன தலையெழுத்தா?"

"அம்மா..."

"தாயை வீதில நிறுத்தினான். தலை கிறுகிறுத்துப் போச்சு. தான் பண்ணின பாவத்தை தானேதான் அனுபவிக்கணும். மத்தவங்க எப்படி பொறுப்பேத்துக்க முடியும்?"

"சரி மெல்லப் பேசு! பாரதி காதுல விழப் போகுது. ஆயிரம்தான் ஆனாலும் அவளுக்கு அண்ணன். மனசு தாங்காது."

"நான் சொல்றபடி கேட்டு நட என்ன?"

"சரிம்மா."

மளமளவென தன் அறைப்பக்கம் வந்த கிரி, பாரதி கதவோரம் நிற்பதைப் பார்த்து அதிர்ந்தான்.

"பா...பாரதி...நீ...நீ... எப்ப?"

"உங்களைப் போக வேண்டாம்னு அத்தை தடுத்தப்பவே நான் வந்தாச்சு...."

"பாரதி அது வந்து... அம்மாவுக்கு பயம்..."

"....."

"என்ன பயம்னு கேட்க மாட்டியா?"

"கேள்விகள் கேட்க இந்த வீட்ல எனக்கு உரிமை இல்லை. ஒண்ணேகால் லட்சம் கொடுத்து நீங்க என்னை வாங்கியாச்சு!"

"என்ன உளர்ற? ஷ்! மெதுவாப் பேசு. அம்மா காதுல விழ வேண்டாம்."

"கல்பனாவுக்குப் பயந்து பயந்து ஒரு ரவிக்கு புத்தி கலங்கியாச்சு. அம்மாவுக்குப் பயந்து கிரியும் அப்படி ஆகணுமா? சொல்லுங்க!"

"நான்சென்ஸ்! நான் கோழையில்லை!"

"பெண்டாட்டிதாசன் இல்லை. அம்மாக் கோண்டு. இங்கே டப்பிங் வாய்ஸ் வேற நபர், அவ்ளோதான்!"

"என்னை எதிர்க்கிறியா பாரதி?"

"அய்யய்யோ நானில்லை. சத்தியமா அதை நான் செய்ய மாட்டேன். கல்பனா எதிர்த்தப்ப, எங்கம்மா பேசலை. ஒருத்தியோட எதிர்ப்பைத் தாங்கவே அண்ணனால முடியலை. இங்கே உங்களுக்கு ரெண்டுபக்கமும் இடி வேண்டாம். நான் விலகி நின்னுக்கறேன்!"

"ஏன் ஜாடையா பேசற? அப்படி அம்மா என்ன சொல்லிட்டாங்க கூடாததை?"

"உதவக்கூடாதுன்னு சொன்னா அது தப்பா? தன் பிள்ளை நல்லாயிருக்கணும்னு அந்தத் தாய் நினைச்சா, அது தான் தப்பா?"

"பாரதி, இன்னும் அதிகமாப் பேசறே. உன்னை யாரு தடுத்தா? நீ போய் உதவேன் உன் குடும்பத்துக்கு!"

"நானா? நான் யாரு? இன்னொரு குடும்பத்துக்கு அடிமை சாசனம் எழுதித் தந்துட்டு வந்த நான், எப்படி உதவ முடியும் அவங்களுக்கு? என் பணத்துல சல்லிக் காசு அவங்களுக்கு உதவ முடியாது. கூடவும் இருக்க வழியில்லை. சௌக்கியமில்லாத அவங்களை நான் போய் சௌக்கியமானு கேட்டா, என்ன நியாயம் அது?"

"பாரதி!"

"இந்த பூமில ஆண் கோழையாய்ப பிறந்தா, முடிவுல மூளைதான் கலங்கும்னு சொல்ல எங்கண்ணன் ரவி. அனுசரிச்சு வாழ நினைக்கற பெண், ஆயுள் முழுக்க அடிமையாத்தான் இருக்க முடியும்னு சொல்ல நான். இனிமே என் பிறந்த வீட்டுக்கு நான் போக மாட்டேன். அவங்க படற வேதனைகளை வெறுமனே விசாரிச்சிட்டு வர நான் எதுக்கு?"

பாரதி கண்ணீரை அடக்க பிரயத்தனப்பட்டு, முடியாமல் உள்ளே ஓடினாள்.

கிரி ஒன்றும் பேசத் தோன்றாமல் உறைந்து நின்றான்.

***

# 28

சிவகுமார் அதிர்ச்சியுடன் நிமிர்ந்து உட்கார்ந்தார்.

"அப்படியாம்மா?"

"ஆமாம் சார். மூளையும் கலங்கிப் போச்சு. இதயமும் பலவீனமா இருக்கு. தன்னோட இயலாமை, தாயை நடுவீதில நிறுத்த வேண்டிய நிலைமை, கோழைத்தனம் எல்லாமாச் சேர்ந்து அவனைச் சிதறடிச்சிருக்கு"

"அடப்பாவமே!"

"எப்படி இருந்தவன் சார் என் அண்ணன். இப்ப உருக்குலைஞ்சு போய் நிக்கறதைப் பார்த்தா, பரிதாபமா இருக்கு!" பாரதி விசும்பினாள்.

"இந்த நிலைமைக்குக் கொண்டு வந்த புண்ணியவதி என்ன சொல்றா இப்ப?"

"என்ன சொல்லுவா? அழறா... எந்த மாமியாரை மனசார வெறுத்தாளோ, எந்த மாமியார் தன்னோட வாழக்கூடாதுன்னு விலக்கினாளோ, அதே மாமியார் தன்னை விட்டு ஒரு அங்குலம்கூட நகரக்கூடாதுன்னு நினைக்கறா. பிறந்த வீடு மறந்து போச்சு இப்ப!"

"அதுதான்மா பெண் ஜென்மம். தனக்குத் துன்பம் வந்துட்டா,

நொடில பழசையெல்லாம் மறந்து போகும். இது வாழ்க்கைப் பிரச்சினை ஆச்சே!''

''எனக்கும் அண்ணியப் பார்க்க மனசுக்கு வேதனையா இருக்கு சார்!''

''டாக்டர் என்ன சொல்றார்?''

''இது டிப்ரஷன்தான். வீட்டுல உள்ளவங்கதான் மருந்துனு சொல்றார் என்ன மருந்தோ எனக்குப் புரியலை...''

''நிஜம் அதுதான்மா.''

''குணமாகி, அவன் ஆபீஸ் போவான சார்? பழைய படி அந்தக் குடும்பம் சிரிப்பைப் பார்க்குமா?''

''நிச்சயம் பார்க்கும். நான் ரவியைப் பார்க்க வரலாமா பாரதி?''

''நான் அங்கே வரலை சார்!''

''ஏம்மா?''

''என்னைப் பார்த்தா ரவி புலம்ப ஆரம்பிப்பான். அம்மாவை உன்னோட கூட்டிட்டுப் போயிருன்னு ஒரே பல்லவி. அதுதானே மூளை கலங்கின பின்னாலே ரிபீட் ஆகுது...''

''ஆகட்டுமே.''

''என்ன சார் ஆகட்டும்? நானே அடிமை எனக்கு எங்கே சார் பேச யோக்யதை? என்னை நானே வித்தாச்சு. அப்புறம் இனி என் விருப்பம்னு ஏதாவது இருக்கா என்ன?''

அதிர்ச்சியுடன் அவளைப் பார்த்தார் சிவகுமார்.

''அம்மாடீ... நீயும் பதட்டப்படத் தொடங்கிட்டியா?''

''இயலாமைனு வரும்போது வேறென்ன சார் முடியும்?''

''அவசரப்படாதே! கிரியை கோபப்படாதே! அவருக்கும் ஆயிரம் பிரச்சினை இருக்கு!''

"என்ன சார் பிரச்சினை? இந்த சமயத்துல எங்க வீட்டுப் பக்கமே கிரி வரக்கூடாது எந்த உதவிகளும் செய்யக் கூடாதுன்னு அம்மையார் உத்தரவு கேட்டுட்டு மௌனமா நிக்றாரே! மனுஷனா சார் கிரி?"

"என்னம்மா பேச முடியும் அவரால?"

"ஏன் சார் முடியாது?"

"முடியாதும்மா! ரவியை கட்டிப் போட்டது மனைவினா கிரிக்குத் தாய்... கட்டுக்களை மெல்ல அவிழ்த்துட்டு விடுபடணும். அப்ப காயங்கள் எதுவும் இராது. திடீர்னு அறுத்துகிட்டா, ரவியோட நிலைமைதான்."

"விளக்கங்களை ஏத்துக்கற மனநிலைல நானில்லை சார்!"

"என்னா, நீ பெண். ஒண்ணு நடக்கணும்னு நினைச்சா நடத்திக் காட்டற பிடிவாதம் அது முடியலைனா கோபம். கடைசில வெறுப்பு முடிவுல கொஞ்சம் கண்ணீர்... இதுதான் பெண். இந்த நாலு உணர்ச்சிகளை வெளில காண்பிச்சு சுலபமாத் தப்பிச்சுக்கற பிறவி பெண்கள். ஆனா ஆண்களோட நிலைமை அப்படி இல்லைமா!"

"சார்...?"

"இன்னிக்கு நூத்துக்குத் தொண்ணூறு ஆண்களும் சுயமா சிந்திக்க முடியாதுங்கற சிக்கல்ல இருக்கறது உனக்கு அது தெரியுமா பாரதி?"

"புரியலை...."

"பணத்தால சுதந்திரம் ஆணுக்கு இல்லை. வேலைக்குப் போற பெண் அவசியமா இருக்கு. அவ வேலைனு வரும்போது தன்னைத்தானே ஓரளவு தியாகம் செய்ய வேண்டியிருக்கு!"

"கிரி என்ன சார் தியாகம் செய்யப் போறார்? சம்பளப் பட்டியலோட ஒத்த ரூபா குறையாம நான் கொண்டுபோய்

தரப்போறேன். அப்புறமென்ன சார்? பண சுதந்திரம் எனக்கில்லையா? அவருக்கா?"

"உனக்கு இன்னும் புரியலையே பாரதி. மாமியார் கையில சகலத்தையும் நீ கொடுக்கும்போது, அந்தம்மாவோட டாமினேஷனுக்கு நீ கட்டுப்படும்போது, ஒரு குற்ற உணர்ச்சி கிரிக்கு நிச்சயம் இருக்கும் இது... இப்படியிப்படி நடக்கணும்னு உன்னால பிடிவாதம் பிடிக்க முடியாது. அந்தம்மாவைத் தட்டிக் கேக்க முடியாது. நீ வேணும்னு ஆசைப்பட்டு கிரி தனக்குத்தானே மாட்டிக்கிட்ட விலங்குதான் இந்த வாழ்க்கை!"

"ஏன் சார்? அவர் ஆண்பிள்ளைதானே?"

"அடங்கிப்போற பெண்கள் மத்தியில் ஆண் வீரமா வாழ முடியும் பாரதி. அடங்க மாட்டேன்னு பெண் பிடிவாதம் பிடிச்சா, எந்த ஆண்பிள்ளையும் ஜெயிக்க முடியாதும்மா. சினிமாவுல வேணும்னா சவுக்கைத் தூக்கிட்டுகுடிச்ச மாதிரி வந்து ஹீரோ பாட்டுப் பாடலாம். நிஜ வாழ்க்கைல முடியாதம்மா. கோபப்பட்டா துக்கம் பிடிவாதம் காட்டினா சண்டை விரக்தியா இருந்தா கேள்விகள்... ஆண்பிள்ளை அழுதா அவமானம்! சொல்லு, என்ன செய்ய முடியும் ஒரு ஆனால? பெண் துணிஞ்சிட்டா, நாலு பேர் பார்க்க கண்ணீர்சிந்தினா, ஊர்கூடும். பெண்ணுக்கு வக்காலத்து வாங்க வரிஞ்சு கட்டிட்டு வரும்."

"பெண் சீதை, கண்ணகி, நளாயினி காவியம் பேசும். காலங்காலமா அடிமைப்பட்டுக் கிடந்த பெண் இனம் விடுதலை பெறலைனு சங்கங்கள் அலறும். இயக்கங்கள் கொடி பிடிக்கும். பெண் சுதந்திரம் அமலுக்கு வரலைனு ஆத்தரப்படும். ரூப்கன்வரைத் துணைக்கும் இழுக்கும். ஏம்மா நான் கேக்றேனேன்னு தப்பா நினைக்காதே! இந்தப் படிப்பும், நிமிரலும், சுதந்திரமும், சுய சிந்தனையுமே பெண்களை அகங்காரத்தோட உச்சிக்குக் கொண்டு வந்தாச்சு. இனிமேலும் சுதந்தரம் கொடுத்தா நாடு தாங்குமா?"

"சார்?"

"ஆண் இந்த பூமில இழக்க இனிமே எதுவுமில்லைமா. ஒரு ஆம்பளைக்காவது இடுப்புக்குக் கீழே கால்கள் இருக்கானு தேடிப்பாரு. கிடைக்காது உனக்கு தான் ஒடிஞ்சது கொஞ்சம். ஒடிக்கப்பட்டது மிச்சம்!"

"நங்களும் கஷ்டப்படலை யா சார்?"

"அதை நான் மறுக்கலைம்மா. ரவியால நீயும் உங்கம்மாவும் புறக்கணிக்கப்படக் காரணம் உங்கண்ணி. அவங்க ஒரு பெண். ஆண்களோட இடுப்புல ஒரு கயிறைக் கட்டி பொம்மலாட்டம் நடத்தறது பெண்களதாம்மா. உறவு என்னவோ இருந்தாலும், உண்மை இதுதான். பெண்தான், பெண்ணுக்கு எதிரி."

"ஏன் சார் ஆண் கட்டுப்படணும்?"

"பலவீனம்! இங்கே நிஜமாவே வீக்கர் செக்ஸ் ஆண்பிள்ளைதாம்மா! தாய் தடவித் தடவி வளர்க்கறா. மாரோட கதகதப்பும், முத்தமும், அரவணைப்பும் அவனை பலவீனப்படுத்துது வளர்ந்த பின்னாலும் தாய்கிட்ட தனியா ஒரு ஈடுபாடு இருக்கத்தான் செய்யுது. சகோதரிகள் பாரம் டாமினேஷன் கடைசயில மனைவி... சொல்லவே வேண்டாம். எஸ்ட்ரோஜன் சிறைக்குள்ள சிக்கித் தவிக்கற ஆண்பிள்ளைக்கு மூச்சி முட்டுது. சுயமான சிந்தனையும் கிள்ளப்படுது. புத்திசாலி நீ! இதுக்குமேல பச்சையா என்னால சொல்ல முடியலை!"

"சார்!"

"பெண்கல்வி, பெண்சுதந்திரம், சமூக இயக்கங்கள் இதெல்லாம் அவசியம்தான். தகப்பான, சகோதரனா, கணவனா, மகனா வாழ்நாள் முழுக்க வரப்போற ஏதாவது ஒரு உறவு ஆண். அல்லது ஒரு பெண்ணோட மொத்த வாழ்க்கைல இந்த உறவுகள் அத்தனையும் வருது. ஆண் மனசைப் புரிஞ்சு, அவனையும் உணர்வுள்ள மனிதன்னு பெண்கள் நினைக்கற காலம் வருமா பாரதி?"

"எந்த ஒரு கட்டத்துலேயும் தன் மன, உடல, பணத்தேவைகளை நிறைவேத்தப் படைக்கப்பட்ட ஒரு உயிர்தான் ஆண்பிள்ளைனு எந்தரமா ஆண்களை நினைக்காத பெண்களை விரலை மடக்கி எண்ணிடு பாரதி. பெண், சுயநலத்தின் வடிவம். இந்த பூமில சீதைகள் குறைவு கூனிகள் தான் கூடுதல். அக்னிப் பிரவேசம் செஞ்ச சீதையைத் தலைல தூக்கி வச்சிட்டுக் கூத்தாடற பெண் இனம், கோடு தாண்டினப்ப ஏன்மா கண்டிக்கலை?"

"ரவியும், கிரியும் என்னிக்கும் சிரிக்கணும்னா, சுத்தி இருக்கற உங்க கைகள்ளதான் அது இருக்கு. அவங்க காலகளைத் தேடிப்பிடிச்சு ஒட்ட வைங்கம்மா."

"சார்!"

"பெண் குழந்தையே பிறக்கக் கூடாதுன்னு கர்ப்பத்துலேயே க்ரோமஸோம்களை மாத்தறாங்களாம் மேல நாட்டுல!"

"பார்த்தீங்களா சார் பெண்களோட நிலைமையை!"

"அட இரும்மா... பிள்ளை பிறந்துட்டா வரவுன்னு நினைக்கற முதல் ஆத்மா தகப்பன் இல்லைமா, தாய்தான். ஐயாம் ஸாரி பெண்தான்! வரப்போற பெண்ணை தான் ஆட்டி வைக்கலாம்னு அல்ப ஆசை. வந்தவளுக்கோ அடுத்த நாளே மாமியாரை விரட்ட ஆசை. இது உலக ரீதியான பிரச்சினைமா. நமக்கேன் ஊர்க்தை? நம்ம கதைக்கு வருவோம். என்னோட வருவியா நீ?"

"சரி சார்..."

"நான் கிரியை தனியா சந்திச்சு கொஞ்சம் பேசனும்?"

"கூட்டிட்டு வர்றேன் சார்!"

"நீ வர வேண்டாம். அவரை மட்டும் அனுப்பு!"

"சரி சார்!"

"பாரதி...."

"சொல்லுங்க சார்...."

"ரவியோட மனநோய்க்கு மனிதர்கள்தான் மருந்துனு டாக்டர் சொன்னார் இல்லையா?"

"ம்...."

"அந்த மருந்துகள்ள உங்க வீட்ல நீயும் ஒரு மருந்துதான்மா. மறக்கக்கூடாது இதை தெரிஞ்சோ, தெரியாமலோ எல்லாருமா சேர்ந்து ஒரு மனிதனை வீழ்த்தியாச்சு. இப்ப சொந்த ஈகோ, வறட்டு கௌரவம், பிரிவினை, வெறுப்பு சகலத்தையும் தூக்கி எறிஞ்சிட்டு எல்லா கைகளும் ஒண்ணு சேரணும்."

"அத்தனை கைகளும் சேர்ந்து அணைச்சா, அந்த அன்புச் சிறைக்குள்ள அது தரக்கூடிய இதமான கதகதப்புல ரவியோட மூளைல, மனசுல உள்ள அழுத்தம் கரையும். இருட்டு பிரிஞ்சு, வெளிச்சம் வெளில வரும். அதுக்கு முதல்ல உன் உதவி தேவை!"

"நான் என்ன சார் செய்யணும்?"

"எனக்கு உதவணும். கல்பனாவை, கிரியை, உன் மாமியாரை சகல பேரையும் சந்திச்சுப் பேச எனக்கு சந்தர்ப்பம் உண்டாக்கித் தா."

"சரி சார்."

"எல்லாரும் இந்த உலகத்துல நல்லவங்கதான் பாரதி ஆனா எதோ ஒரு சுயநலம், இச்சை, மிருக குணம் எல்லாமாச் சேர்ந்து ஒரு சுவர் எழுப்பிடுது. தனக்குத்தானே வேலி போட்டுக்கச் சொல்லுது. அதை உடைக்கறது சுலபம். ஆனா கவனமா உடைக்கணும். கீறல், காயங்கள் ஏற்படாம, வலிக்காம, நோகாம வெட்டணும். என்னால அது முடியுமானு பாக்கறேன்."

"முடியுமா சார்?"

"மனித யத்தனத்துல முடியாதது எதுவுமே இல்லைமா. ஒரு மனிதனை சாகடிக்கறது சுலபம். வாழ வைக்கறது கஷ்டம்தான். முயற்சிதான் செய்வோமே! பேசத் தெரிஞ்சவன் மனுஷன். பேசித் தீர்துக்க முடியாத பிரச்சினை எதுவும் உண்டாம்மா? பேசறேன். முதல்ல உங்கண்ணி கல்பனா. அறுவை சிகிச்சையை அங்கிருந்து ஆரம்பிக்கலாம். என்னம்மா?"

"மெல்லச் சிரித்தாள் பாரதி."

நம்பிக்கையோடு அவரைப் பார்த்தாள்.

❋❋❋

# 29

"அத்தே... பாரதி வந்திருக்கா!"

கல்பனா குரல் கொடுத்தபடி உள்ளே போனாள்.

"இவங்கதான் மிஸஸ் ரவியா?" கேட்டபடி பாரதியுடன் உள்ளே நுழைந்தார் சிவகுமார்.

"ம்... ஒரு காலத்துல எங்கம்மாவை மதிச்சு நாலு வார்த்தை பேசாத அண்ணி, இப்ப அத்தைனு கூப்பிடறா!"

"எல்லாம் காலம் கத்துக்குடுக்கற பாடம்மா."

"வா பாரதி!"

"அம்மா, இவர் எங்க ஆபீஸ்ல சிவகுமார்னு... நான் சொல்லுவேனே... அண்ணாவைப் பார்க்க வந்திருக்கார்."

"வணக்கம்மா!"

"வாங்க! பாரதி உங்களைப் பற்றி நிறைய சொல்லியிருக்கா."

"ரவிக்கு இப்ப எப்படி இருக்கு?"

"உள்ள வாங்க!"

உள்ளே நுழைந்தார்கள். தாடி, மீசையோடு முகத்தில் நிரந்தர சோகம் படர்ந்திருக்க, கண்மூடி மல்லாந்து கிடந்தான் ரவி. இமைகளுக்குள் விழிகள் மருண்டன. உறக்கத்திலும் அவனிடம் ஒரு அமைதியின்மை புலப்பட்டது.

"என்ன சொல்றார் டாக்டர்?"

"ஆழமான மன அதிர்ச்சினு சொல்றார். நாளா வட்டத்துலதான் சரியாகும் சரியாகாமலும் போகலாம்னு சொல்றார். என் பிள்ளைக்கு இப்படியொரு நிலைமை வந்திருக்க வேண்டாம்!" அம்மாவின் குரல் இடறியது.

"உங்களையெல்லாம் அடையாளம் தெரியுதா?"

"ம்... நல்லா! அது தெரியாம இருந்தா, அவன் தவிப்பு குறையுமோனு தோணுது!"

"புரியலை!"

கல்பனாவின் விசும்பல் புறப்பட்டது.

ரவி சட்டென விழித்துக் கொண்டான். பார்வை தவிப்புடன் உருண்டது. முகம், முகமாகத் தாவி சட்டென பாரதியின் முகத்தில் நிலைத்தது.

சடாரென எழுந்து உட்கார்ந்தான்.

"பாரதி நீ ஏம்மா இங்கே வந்தே?"

"அண்ணா!"

"வராதேனு நான் சொல்லியிருக்கேனில்லை. அப்புறமா உன் புருஷன் கோவப்பட்டா?"

பாரதி ஏதோ சொல்ல முனைய,

சிவகுமார் சட்டென அவள் கைகளை அழுத்தினார் நீ பேசாமல் இரு என்பதைப்போல...

"போயிரு பாரதி! அம்மாவைக் கூட்டிட்டுப் போக உனக்கு ஆசையிருக்கு. கிரிக்கு அது பிடிக்கலை. அப்புறம் எப்படி பாரதி? கிரிதான் உனக்கு முக்கியம். அம்மா ரொம்ப நாள் இருக்கமாட்டாங்க. ஆனா, நீ வாழ வேண்டாமா?"

"....."

"புருஷன் பேச்சைக் கேட்டு நீயாவது நட பாரதி. உன் சுயநலத்துக்காக கிரிகிட்ட சண்டை போடாதே... அப்புறம் கிரியும் என்னாட்டம் ஆயிடுவார். அவரோட அம்மாவை நீ நல்லா பார்த்துக்கோ. சரிதானா?"

"....."

"பாவம் பாரதி! குடும்பத்துக்காக எத்தனை உழைச்சிருக்கா? நான் உனக்கு என்னடா செஞ்சிருக்கேன்? ஒரு ரவிக்கைத் துண்டுகூட என் காசுல உனக்கு வாங்கித் தரலை. எனக்குப் பேரு அண்ணன்! நீ வராதே பாரதி இங்கே. என்னை மன்னிச்சிரும்மா?"

பாரதிக்கு கண்ணீர் உடைத்துக் கொண்டு புறப்பட்டது. கட்டுப்படுத்தத் தவித்தாள்.

"பாரதி ஒரு நிமிஷம்!"

"என்னண்ணா?"

"ஒரு உதவி செய்வியா?"

"சொல்லண்ணா!"

"அம்மாவை உன்னோட கூட்டிட்டுப் போயிரேன். என்னால அம்மாவை பார்த்துக்க முடியாது பாரதி. மாசம் 1500 ரூபாய் கல்பனாவுக்கு நான் தரணும். ஒரு வருமானத்துல எப்படி பாரதி ரெண்டு குடும்பம் நடக்கும்? கூட்டிட்டு போயிரு பாரதி!"

"சரின்னா! இப்பவே கூட்டிட்டுப் போகட்டுமா? அம்மா, நீ புறப்படு!"

"அம்மா நீ போறியா?"

"நீதானே ரவி பாரதிகிட்ட என்னைக் கூட்டிட்டுப் போகச் சொன்னே?"

"நான் சொன்னா, உடனே நீ போயிர்றதா? எனக்கு எல்லாமே வெறுத்துப் போச்சும்மா... உன் முகம் பார்த்தாவது ஒரு நிம்மதி கிடைக்கும்னு தோணுது. இப்படி வாம்மா!"

"என்னப்பா?"

"நீ என்னை விட்டுப் போகாதேம்மா!"

"சரி, ராஜா!"

"உன் மடில நான் தலை வச்சுக்கட்டுமா?"

"வா ரவி!" அவன் தலையை தன் மடியில் வைத்து மெல்ல வருடிக் கொடுத்த அம்மாவின் உதடுகள் துக்கம் தாளாமல் மடங்கியது.

ரவி மெல்ல மெல்ல உறங்கத் தொடங்கினான்.

சிவகுமார் வெளிப்பட்டார். பாரதி பின்தொடர்ந்தாள்.

"என்ன சார் இது? இவனுக்கு ஏன் இந்த நிலைமை? எத்தனை நல்ல மனசு தெரியுமா அவனுக்கு?"

"நல்லவனா மட்டும் ஆண்பிள்ளை இருந்தா போதாது பாரதி. வல்லவனாகவும் இருக்கணும்னா தன் வாழ்க்கையோட போக்கை, தானே தீர்மானிக்கற திடம் வேணும். தான் தலைவன்னு ஒரு தன்னம்பிக்கை வரணும். அது முற்றிலும் பறிபோகும்போது மனசு முறியத்தான் செய்யும். அது தான் ரவிக்கு இப்ப நிகழ்ந்திருக்கு!"

"பாரதி அவருக்கு காப்பி கொடு!"

கல்பனா காப்பியோடு வந்து நின்றாள்.

"மிஸஸ் ரவி! உங்களோட நான் பேசலாமா? அதுக்கு உங்க அனுமதி உண்டா?"

"சொல்லுங்க சார்!"

"உட்காருங்க! நானும் உங்களுக்கு ஒரு நல்ல நண்பன்னு நீங்க நினைச்சுக்கலாம். உங்க குடும்ப நிலைமையெல்லாம் எனக்கு நல்லாவே தெரியும்!"

"எனக்கு பயமா இருக்கு சார்!"

"எதுக்கு?"

"இவருக்குத் தெளியுமா? இல்லை ஆயுள் முழுக்க இப்படியே இருப்பாரா? இப்படியே இருந்துட்டா, நான் என்ன சார் செய்வேன்? ஒரு பெண் குழந்தையை வேற பெத்து வச்சிருக்கேன்! அவளுக்கு நானொரு வழி காட்ட வேண்டாமா?"

"நீங்க இப்படியே இருந்தா, அவருக்குத் தெளியாதம்மா!"

"சார், நான்..."

"கோவப்படாதீங்க. இப்பவும் உங்க பேச்சுல்ல சுயநலம் தான் தலைதூக்கி நிக்குது. அந்த மனுஷன் இந்த நிலைக்கு வரக் காரணமே நீங்கதான் சிஸ்டர். அதை ஏன் உங்களால உணர முடியலை?"

"சார்..."

"பெத்த தாய்க்கு ஒரு நிழல்தர முடியலையேங்கற மண்டைக் குடைச்சல்தான் ரவியை உடைய வச்சிருக்கு... இப்ப உங்க மகளுக்கு ஒரு தாயா இருந்து பாதுகாப்பு தேடித்தவிக்குதே உங்க மனசு. இப்பக்கூடவா அவர் வலி புரியலை உங்களுக்கு?"

"அத்தையை நான் போகச் சொல்லலை சார்!"

"இப்ப சொல்லலை. இந்த நிமிஷம் மாமியார், நாத்தனார் அத்தனை உறவுகளும் அவசியமா இருக்கு உங்களுக்கு. அந்த உறவுகளை அதிகபட்சம் நீங்க வெறுக்க காரணமாத்தான் ரவிக்கு இந்த நிலைமை. உங்க பொண்ணுக்கு என்ன வயசு?"

"ஆறு!"

"ஆறு வயசு மகளுக்கு இத்தனை தூரம் தவிப்பு வருதே உங்க மனசுல. முப்பத கடந்தும் பாரதி நின்னப்ப உங்க மாமியார் மனசு எப்படி துடிச்சிருக்கும்? அந்தப் பெண்ணுக்கும், தாய்க்கும் ஒரே ஆண் துணை, பாதுகாப்பு உங்க புருஷன்தான். ரவியை விட்டா அவங்களுக்கு நாதியில்லை. அப்படியிருக்க,

அந்தப் பெண்களை ஓடஓட நீங்க விரட்டினது நியாயமா மிஸஸ் ரவி?"

"சார், நான்..."

"ப்ளீஸ், என்னைப் பேச விடுங்க! ஒரு நாளாவது உங்க புருஷன் சம்பாத்தியத்துல பாரதி வாழ்ந்ததுண்டா? தன் வருமானத்துல தானும் வாழ்ந்து, தாயையும் அந்தப் பெண் காப்பாற்றலையா?"

"அதை நான் மறுக்கலை சார்!"

"தானே நமஸ்காரம் பண்ணி, எழுந்து நின்னு ஆசீர்வாதம் பண்ணிக்கிற நிலை பாரதிக்கு. கல்யாணமும் தானே செஞ்சுகிட்ட. கட்டிக்க வந்த புண்ணியவான் உத்தமன். அந்தப் பெண்ணைக் கரையேத்த வேண்டிய பொறுப்பு யாருக்கம்மா? உன் புருஷன் ரவிக்குத்தானே?"

"ஆமாம் சார்!"

"அன்னிக்கு சொந்தங்கள் அண்டக் கூடாதுன்னு நீ நினைச்சே! புருஷனோட ரத்தங்களை புழுக்களா நினைச்சு ஒதுக்கிவச்சே... இதோ இந்த நிமிஷம் உன் மாமியாரை முதியோர் இல்லத்துல கொண்டுபோய் என்னால சேர்க்க முடியும். பாரதிக்குனு ஒரு வாழ்க்கை அமைஞ்சாச்சு. மனசு முறிஞ்சு போன ஒரு புருஷனையும், விவரம் தெரியாத குழந்தையையும் வச்சிட்டு தனியா உன் பயணம் தொடர முடியுமா? யோசிம்மா!"

"சார் வேண்டாம்!" காதுகளைப் பொத்திக் கொண்டாள் கல்பனா.

"ஒரே நாள்ல ரவி மனசு உடையலை. உன்னை மனைவியா அடைஞ்சதுக்கு அப்புறமா, உன் ஆணவப் போக்கால, தான் எதிர்க்க முடியாத கோழைத்தனத்தால, தாயும் தங்கையும் தவிக்கறதை கண்ணால பார்த்தும் அவரால உதவ முடியலை. துளித்துளியா சேர்ந்த பாரம் முழுமையாக

ஒரு அலைபோல வந்து அவரை மூடியிருக்கு. பாரதி ஒரு பாதுகாப்புச் சுவர். அது விலகினதும் ரவி உடைஞ்சிட்டார். இது பல வருஷங்களா மனசுல படிஞ்ச துக்கம், இரும்புல ஏறக்கூடிய துரு மாதிரி. குடும்பத்துல சச்சரவுகள் இருக்கும் மிஸஸ் ரவி. பேசியோ, திட்டியோ, அழுதோ தீர்த்துக்கலாம் சூரியன் அஸ்தமிச்சா வராமலே போறதில்லை. மறு நாள் உதயம் ஆகத்தான் செய்யுது. உறவுகளும் அப்படித்தான். சண்டை போட உரிமை இருக்கு எல்லோருக்கும். ஆனா மறுபடியும் இணைஞ்சாத்தான் அதுக்குப் பேரு பந்தம். இணையாதோனு பயம் தட்டும்போதுதான் விரிசல் விடுது. கடைசில உடைஞ்சுபோகுது ரவியோட மனசு மாதிரி''

''சார், நான் மாறிட்டேன். எனக்கு எல்லோரும் வேணும். குறிப்பா என் மாமியார் நிச்சயம் வேணும். அவரால தான் என் புருஷனைக் குணப்படுத்த முடியும். பாரதி என்னை மன்னிச்சிரும்மா. நீங்க எல்லாருமா சேர்ந்து உங்க அண்ணனை பழைய அண்ணனா எனக்கு மீட்டுத் தந்துருங்க பாரதி!'' கல்பனா முழங்காலில் முகம் புதைத்து, முதுகு குலுங்க அழுதாள்.

பாரதி ஆடிப்போனாள்.

''அண்ணி என்ன இது? என்னிக்கு உங்களை வெறுத்திருக்கோம் நாங்க? உறவுகளுக்குள்ளே பழி உணர்ச்சி எப்படி வரும்? அம்மாவுக்குப் பின்னால பிறந்த வீடுன்னு நான் உரிமையோட சொல்லிக்க அடுத்த அம்மா எனக்கு நீங்கதானே? அழாதீங்க அண்ணி ப்ளீஸ்...''

சிவகுமார் எழுந்து கொண்டார்.

''பாரதி, நான் வர்றேம்மா!''

''சார், வீட்டுக்கு வந்துட்டு ஒரு வாய் சாப்பிடாம போனா எப்படி?''

''இருக்கட்டும் மிஸஸ் ரவி! உங்க கணவர் பழைய ரவியா மாறட்டும். விருந்தே சாப்பிடறேன் உங்க கையால... அவர்

விழிக்கும் போதெல்லாம் பக்கத்துல இருங்க. அழுகை வேண்டாம் இனி. தனக்கு எதுவும் தோணலைனு அவர் உணரணும். பாஸிட்டிவா பேசுங்க. அவர் மீண்டு வந்தாத்தான் எதிர்காலம் உங்களுக்குனு இதமாச் சொல்லி, மறுபடியும் குடும்பம் நடத்த வாங்கன்னு அவரைக் கூப்படுங்க. அத்தனை பொறுப்புகளையும் அவர்தான் சுமக்கனும். அவர் தான் தலைவன். அவர் விரலைசைச்சா நீங்கள்ளாம் இயங்கணும். அதுதான் இந்தக் குடும்பத்தோட எதிர்கால நிலைனு ஒரு தன்னம்பிக்கையை அவருக்கு ஊட்டுங்க. நிச்சயம் பலன் கிடைக்கும்.''

''சரி சார்!''

''பல குடும்பங்கள்ள சம்பாதிக்கிற எந்திரம் ஆண் பிள்ளை. சம்பள ஸ்லிப்போட அத்தனை பணமும் மனைவிகையில. ஒரு பைசா குறைஞ்சா, ஆவேசமான கேள்விகள், சந்தேகப் பார்வைகள். பெண் சுதந்திரம் பற்றி வாய் கிழியப் பேசறோம் சிஸ்டர். நிஜமாவே இங்கே ஆணுக்குச் சுதந்திரமே இல்லை தெரியுமோ?''

''.....''

''அதனாலதான் இந்த மனமுறிவு. நாட்ல ரவிகள் ஏராளம். பெண் துக்கம் பெரிசுபடுத்தப்படுது. ஆண் துக்கம் அமுங்கிப்போகுது. ஆண் அழுதா அவமானம்னு ஒரு நிலை. இனிமே பெண் சுதந்திரம் பற்றிப் பேசி லாபமில்லை. கிடைச்ச சுதந்திரத்தைப் பயன்படுத்த பெண்களுக்கு இங்கே பயிற்சி தரணும். குரங்கு கையில சிக்கின பூமாலை மாதிரி பல குடும்பங்கள் சிதறுது. பெண் தலைமை ஏற்கும்போது, இது நீடிச்சா, 'ரவி'களின் எண்ணிக்கை அதிகமாகும். அது கூடாது ஸிஸ்டர்.''

''நான் மாறிட்டேன் சார்!''

''மகிழ்ச்சி! மாற்றத்தோட முதல் பிரதிநிதியா 'கல்பனா' இருக்கட்டும் எல்லாரும் கல்பனாக்களா மாறட்டும். மனைவி

மட்டும் மாறினா போதாது. மாதாக்களும் மாறணும். நீயும் புறப்படு பாரதி. நம்ம வேலை பாதிதான் முடிஞ்சிருக்கு!''

''எங்கே சார்?''

''உன் வீட்டுக்கு!''

❋❋❋

# 30

"கிரி, சுமதியை டாக்டர்கிட்ட கூட்டிட்டுப் போகணும். அவளுக்கு முடியலை. புறப்படு உடனே!"

"அம்மா..."

"சொல்லுடா!"

"இன்னும் நீ ரவியை வந்து பார்க்கலை..."

"நான் எதுக்குப் பார்க்கணும்?"

"ரவி, பாரதியோட அண்ணன். மனசு முறிஞ்சு போயிருக்கு. நமக்கு ஒரு கடமை இருக்கு இல்லையா?"

"என்ன கடமை? பரிதாபப்பட்டா, உன் மாமியாரையும் சேர்த்து நீ சுமக்க வேண்டி வரும். சம்மதமா?"

வாசலில் ஆட்டோ வந்து நின்றதை கிரி எட்டிப் பார்த்தான்.

பாரதி இறங்கினாள் அவளுடன் சிவகுமார்.

"வாங்க சார்." வரவேற்றான் கிரி.

"இந்தப் பக்கம் ஒரு வேலையா வந்தேன். பாரதி வீடு இங்கேனு தெரிஞ்சதால உங்களைப் பார்க்க வந்தேன்."

"உட்காருங்க சார் இவங்க எங்கம்மா..."

"நமஸ்காரம்மா!" வாங்கி வந்த பழங்களை அவர் கையில் கொடுத்தார் சிவகுமார்.

"பேசிட்டு இருங்க சார். காப்பி போட்டுக் கொண்டு வர்றேன்..." பாரதி உள்ளே போனாள்.

"கிரி, நானும் சுமதியும் டாக்டர் வீட்டுக்குப் போறம்."

"என்ன உங்க தங்கைக்கு, மிஸ்டர் கிரி?"

"சாதாரண ஜூரம்தான்."

"அம்மா உங்ககிட்ட சில ஆலோசனைகள் கேட்கலாம்னு நான் வந்தேன். நல்லதை எடுத்துச் சொல்ல பெரியவங்க கிடைக்கறதே இப்பல்லாம் அரிதா இருக்கு. அம்மாவைப் பார்த்ததும் மனசுக்கு அபூர்வ திருப்தி!"

அம்மா குளிர்ந்து போனாள்.

"சரி, நீங்க புறப்டுங்க. இன்னொரு நாள் வர்றேன் நான்."

"பரவால்லை... பாரதி, நீ போறியா சுமதிகூட?"

"சரி அத்தே."

இருவரும் வாசலைத் தாண்டும் வரை மௌனமாக இருந்தார் சிவகுமார்.

"சொல்லுங்க தம்பீ!" அம்மா உரிமையுடன் பேச்சை ஆரம்பித்து விட்டாள்.

"பாரதியோட பிறந்த வீட்டுக்குப் போனேன் நான். அவளோட அண்ணனுக்கு டிப்ரஷனாமே?"

"ஆமாம் சார்..."

"பரிதாபமா இருக்கு மிஸ்டர் கிரி. ரவியை ரொம்ப காலமா எனக்குத் தெரியும். எப்படி இருந்த மனுஷன், எப்படி ஆயிட்டான் தெரியுமா?"

"எல்லாம் அந்த ராட்சஸியால வந்த வினை!"

"அம்மா!" கிரி குரல் உயர்த்த,

"சரிதான் கிரி. உங்கம்மா சொல்றது நூற்றுக்கு நூறு சரியா இருக்கு. காரணம் அவர் மனைவி கல்பனாதான்."

"பெத்த தாயைப் பார்த்துக்கறது பிள்ளையோட கடமை தானே தம்பீ? அதுக்கு பெண்டாட்டி குறுக்கே நின்னா, பொம்பளையா அவ?"

"சரியாச் சொன்னீங்கம்மா. கடமையை மறக்கலாமோ? இப்ப அந்தத் தாய் எங்கே போவாங்க? அந்த விஷயமாத்தான் பேச வந்தேன் நான். நல்ல ஒரு முதியோர் இல்லத்துல அவங்களை சேத்துவிட யோசனை வச்சிருக்கேன். என் முடிவு சரிதானான்னு யாராவது ஒரு வயசானவங்களை அபிப்பிராயம் கேட்கணும்."

"வேற வழி? பெத்தபிள்ளைக்குப் புத்தி கலங்கிட்டா, அந்தத் தாய் என்ன செய்வா? சேர்த்து விட்ருங்க!"

கிரி ஒன்றும் பேசாமல் தலை குனிந்து உட்கார்ந்திருந்தான்.

"மிஸ்டர் கிரி! உங்க ஆபீஸ்ல ஏதோ அயல்நாட்டுக்குப் போற வாய்ப்பு வருதாமே! நீங்க முயற்சி செய்யக் கூடாதா?"

கிரி விழிக்க, சிவகுமார் படக்கென கண்ணடித்தார்.

புரியாவிட்டாலும், ஏதோ உள் நோக்கத்தோடுதான் இந்த மனிதர் வந்திருக்கிறார் என்பது புரிய,

"நான் போகலை."

"என்கிட்ட நீ சொல்லவேயில்லையே தம்பீ!"

"வேண்டாம்னுதான்மா .. ரெண்டு வருஷப் பயிற்சி அங்கே. உன்னால என்னை விட்டு இருக்க முடியுமா?"

"திரும்பி வந்தா உத்யோக உயர்வு, அதிகச் சம்பளம் எல்லாம் கிடைக்குமே. இன்னும்கூட அந்த வாய்ப்பு வசமா இருந்தா நீ போகலாம் கிரி!"

"அவர் போ மாட்டார்மா!"

"ஏன்?"

"அப்புறம் நீங்க எங்கே இருப்பீங்க?"

"நான் இங்கேதான்... ஏன், பாரதிகூட இல்லையா? இல்லைனா, சுமதி வீட்ல போய் இருப்பேன்."

"பிள்ளையே வெளிநாடு போன பின்னால, மருமகள் என்னம்மா? கல்பனா திருந்தி நல்ல பெண்ணா ஆயாச்சு, ஆனாலும் ரவி சரியா இல்லையே! அந்தம்மாவால இருக்க முடிஞ்சுதா? பாரதி அவங்க மகள்தான். அதுக்காக வந்து இங்கே வாழ முடியுமா? அதை உலகம் அனுமதிக்குமா? கிரி ரெண்டு வருஷம் வெளிநாடு போனா, உங்களுக்கும் முதியோர் இல்லத்துல ஒரு டிக்கெட் வாங்க வேண்டியதுதான். தாய், மகன் வீட்ல மட்டும்தானே வாழ முடியும்?"

"கிரியின் அம்மா அம்பு பட்ட புறாபோல தடேலென சரிந்து விட்டாள் ஒரே நொடியில்."

முகம் வெளிறிப்போக, விரலிடுக்கில் வியர்வை கசிந்து லேசான நடுக்கம் தென்பட்டது.

"ஏன்? என் தங்கை சுமதிக்கு அம்மானா உசிரு. அவ தங்கமா பார்த்துக்க மாட்டாளா?"

"நான் இல்லைனு சொல்லலை கிரி. அவங்க மாமியார் அனுமதிக்க வேண்டாமா? உரிமையாளர் அவங்கதானே! சரி, அனுமதி கிடைக்குதுன்னே வச்சுப்பம். உங்கம்மா நிச்சயம் சம்மதிக்கமாட்டாங்க. அவங்க தன்மானம் அதுக்கு இடம் தராது! இல்லையாம்மா?"

மறுபடியும் சவுக்கடி!

"என் கல்யாணம் நடக்கறதுக்க முன்னால பெரும்பாலான நாட்களை அம்மா சுமதிகூடத்தானே கழிச்சாங்க?"

"அப்படியா? அவங்க மாமியார் எதுவும் கேட்கலையா?"

"மாமியாருக்கும், சுமதிக்கும் மனசு ஒத்துப்போகலை. சுமதி இப்ப தனிக்குடித்தனம் நடத்தறா. அதனாலதான் எங்கம்மா கூட இருந்தாங்க!"

"மகள் தனிக்குடித்தனம் நடத்தினாத்தான் அம்மாக்கள் போய் 'டேரா' போட முடியும்னு சொல்லுங்க. இப்படி தெளிவா சொன்னாத்தானே எனக்குப் புரியும். நீங்க தனிக்குடித்தனம் நடத்தினா பாரதியோட அம்மாவும் உரிமையோட வந்து தங்கிக்கலாம். எப்ப கிரி உங்க தனிக்குடித்தனம்?"

தடாலெனத் தலையைத் தூக்கினாள் அம்மா.

"நான் இருக்கும்போது அவனுக்கென்ன தனிக்குடித்தனம்?"

"இப்படி கேட்டா எப்படீம்மா? உங்க சுமதி தனிக்குடித்தன ஆசைல மாமியாரை விரட்டலாம். அது நியாயம். அதையே பாரதி செஞ்சா அநியாயமா? ரெண்டபேரும் பெண்கள் தானேம்மா?"

ச்சொட்டேர்!

"பெத்த தாயை கவனிச்சுக்கறது பிள்ளையோட கடமை. அதுக்கு பெண்டாட்டி குறுக்கே நின்னா பொம்பளையா அவ? கொஞ்சம் முன்னால் சொன்னது நீங்கதாம்மா. அந்தப் பிள்ளையோட கடமை உங்க பிள்ளைக்கு மட்டும்தானா? மாப்பிள்ளைக்கு இல்லையாம்மா? குறுக்கே நிக்கற கல்பனா மட்டும்தான் ராட்சஸியா? இல்லை, உங்க மகள் சுமதியும் அதே ரகம்தானா? தெரிஞ்சா சொல்ல முடியுமாம்மா உங்களால?"

அம்மாவுக்குக் கண்களை இருட்டியது.

"வாய் பேசற சுமதியும் கல்பனாவும் வாழத் தெரிஞ்ச பெண்கள். ஊமையா இருக்கற பாரதி மட்டும் ஒண்ணும் தெரியாதவளா அம்மா?"

"தம்பீ!"

"அவ அடங்கி நடக்கக் காரணம் அப்பாவித்தனமில்லைமா! அடக்கம் புருஷன் மேல உள்ள மதிப்பு. எதுக்கெடுத்தாலும் தலையசைக்கறது ஏமாளித்தனமில்லை எடுத்து வச்ச காலடிகள் கணவனை கடைசிவரைக்கும் தொடர்ந்து வர. அந்தப் பெண்ணும் கை நிறைய சம்பாதிக்கறா. பண சுதந்திரம் இருக்கு அவளுக்கும். தனியா முப்பது வயசு வரைக்கும் குடும்பத்தை நடத்தின ஒரு நல்ல, தெளிவான நிர்வாகி அவ. விட்டு நடக்க முடியாதா அவளால? என் தாயை நான் காப்பாற்ற முடியும்னு தலையைச் சிலுப்பிட்டு தாம்பத்தியத்தை உதற முடியாதா? சொல்லுங்கம்மா!"

"....."

"ஏன் அவ உதறலை? பயமா? நிச்சயமா இல்லை... உறவுகள் விரியக்கூடாது. என் புருஷன்தான் என் தேவன். என் தேவனைப் பெற்ற தாய் மாமியார்ங்கற மதிப்பு, மரியாதை. அடங்கி நடக்கற பெண்கள் எல்லாம் அசடுகள் இல்லைமா... அம்சமான மனைவிகள்."

"சார்!"

"இருங்க கிரி! கல்பனாகிட்ட முழுமையா தன்னை ரவி இழந்ததால, அவனோட கோழைத்தனத்தால ஒரு தாய் தவிச்சா, இப்ப அம்மா பிடில நீங்க சிக்கிக்கிட்டதால, பாரதி பரிதவிக்கறா. இங்கேயும் ஆண் சுதந்திரம் பறிக்கப்பட்டிருக்கு. அன்னையோட ஆளுமையால, வந்த பெண் வதங்கிப் போய் நிக்கறா. ஏதோ ஒரு வகைல, ஒரு பெண்ணால இன்னொரு பெண் காயப்படறா. நடுவுல சிக்கிவிட்ட ஆண் பலிகடா... ரவியோட மனமுறிவுக்கு நீங்களும் ஒரு காரணம் தான். தன்னால முடியலை, தங்கையாவது அம்மாவைத் தன்னோட வச்சுக்கட்டும்னு ரவி நினைச்சார்!"

"அது உலக நியாயமானு நீங்க கேட்கலாம் மகனே இல்லாத, பெண்களையே பெத்தெடுத்தவங்க, மகள்களுக்கு மாங்கல்யம்

ஏறினதும், மரணத்துக்கு அப்ளிகேஷன் போட முடியுமா? சொல்லுங்க! மகனும், இங்கே சமம்னு ஏன் பேசறீங்க?

உங்க அம்மா காரணமா, உங்களால மாமியாரை அனுமதிக்க முடியலை. தன் தாய்க்கு நிழல் இல்லைனு முடிவா தெரிஞ்சதும் ரவி உடைஞ்சிட்டார். யோசனை பண்ணுங்கம்மா! பாரதியும் கல்பனாபோல ராட்சஸியா இருந்துட்டா, உங்க கிரியும் நாளைக்கு ரவிதான் அவருக்கும் மனசு உடையும் ஒரு நாள். சகிச்சுக்க முடியுமா உங்களால?''

"போதும்... போதும் தம்பீ! இதுக்கு மேல நீங்க எதுவும் பேச வேண்டாம்.''

"அம்மா!''

"புறப்படு கிரி! உடனே போய் பாரதியோட அம்மாவை நம்ம வீட்டுக்குக் கூட்டிட்டு வந்தரலாம். எனக்கு இங்கே உள்ள உரிமை, அந்தம்மாவுக்கும் நிச்சயம் உண்டு. இதை நான் உணர்ந்துட்டேன். உடனே புறப்படு!''

பாரதி உள்ளே நுழைந்தாள் சுமதியுடன்.

"என்னை மன்னிச்சிரு பாரதி... உன்னைப் போல ஒரு நல்ல பெண் என் மருமகளா அமைஞ்சதை, சரியாப் புரிஞ்சுக்க நான் தவறிட்டேன். இந்தத் தம்பி, என் கண்களை திறந்திடுச்சு சரியான நேரத்துல. புறப்படு! உங்க அம்மாவை இங்கே கூட்டிட்டு வந்திரலாம்!''

"அதுக்கு அவசியம் இல்லைமா. அவங்க தேவை இனிமே அந்த வீட்டுக்குத்தான் அதிகம். ரவிக்கு ஒரு நல்ல மருந்து அவரோட தாய்தான். உங்க பாசம், கிரியோட தோழமை, பாரதியோட நேசம் சகலமும் ரவிக்குக் கிடைச்சா தாயன்பும், கல்பனாவோட மனமாற்றமும் சேர்ந்து அவரை படிப்படியா குணப்படுத்திடும். ஒரு மனிதனுக்கு நேசக்கரங்கள் நீட்டப்படணும். அவனோட தன்னம்பிக்கை வளர்க்கப்படணும். பரிவும், விட்டுக் கொடுத்தலும், அடக்கமும்தான் மானுடம்.

ஆளுமை ஜெயிச்சதா சரித்திரமே இல்லைமா. ரவி இனி பழைய நிலைக்கு சீக்கிரம் திரும்பிவிடுவார். வாங்க, எல்லாரும் அவரைப் போய்பார்க்கலாம்.''

''பாரதி, இந்த வீட்டுச்சாவி இது இனி உன் குடும்பம்!''

''தப்பும்மா! பாரதியும் பெண்தான். நாளைக்கு பாரதி, கல்பனாவா மாறக்கூடாது. அதுவும் அபாயம். சாவியை கிரி கைல குடுங்க. ஆண் தன் கால்ல நிக்கணும். தலைவன் முன்னால நடக்கட்டும். தன் சொந்தக் கால்ல நடக்கட்டும். அதுதான் கம்பீரம். அதுதான் அழகு. அவன் காலடிச் சுவடுகளைப் பின்பற்றி பெண் இனம் தொடரட்டும். அத தாயோ, மனைவியோ! அவன் பாதை தவறும்போது வெளிச்சம் காட்டுங்க. இதுதான் சரியான வழினு எடுத்துச் சொல்லுங்க... வீட்டுக்கு வெளிச்சம் பெண்தான். ஆனா விளக்கு தன்னைத்தானே ஏத்திக்கமுடியாது. பற்ற வைக்க ஒரு கை வேணும். போலாமா?''

பாரதி கண்ணீர்மல்க சிவகுமாரைப் பார்த்தாள். அவளது மௌனத்தில் ஆயிரம் வார்த்தைகள் துடித்தன.

கிரி புறப்பட்டு விட்டான்.

அவனது பாதச் சுவடுகளைப் பின்பற்றி அவனது தாயும், மனைவியும்...

**முற்றும்**

www.ingramcontent.com/pod-product-compliance
Lightning Source LLC
LaVergne TN
LVHW090125061026
849519LV00016B/1841
* 9 7 8 9 3 9 5 5 9 8 4 4 6 *